የቅምሮች እና የቀስቶ
ሥፍሮች ሥነ-ስሌት

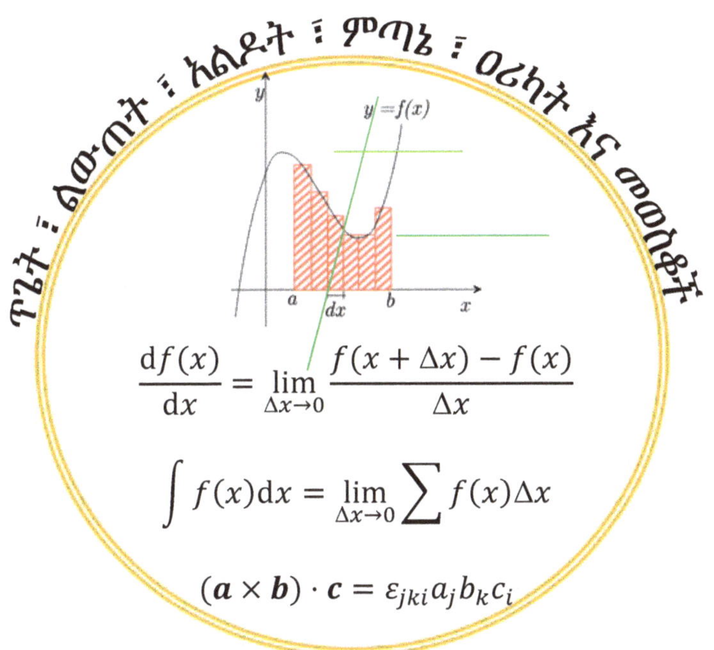

$$\frac{\mathrm{d}f(x)}{\mathrm{d}x} = \lim_{\Delta x \to 0} \frac{f(x + \Delta x) - f(x)}{\Delta x}$$

$$\int f(x)\,\mathrm{d}x = \lim_{\Delta x \to 0} \sum f(x)\Delta x$$

$$(\boldsymbol{a} \times \boldsymbol{b}) \cdot \boldsymbol{c} = \varepsilon_{jki} a_j b_k c_i$$

በዘረኝነት ባበደ ዓለም ውስጥ ዘረኝነትን ለተጸየፉ ፤ ምላሽ ሳይጠብቁ ለሚያደርጉ ፤ ለቃላቸው ለሚታመኑ ፤ የሰውን መከሊት ለማገበሉ ልቦች።።

አንተነህ ብሩ

ይዘት

መቅድም

ጸሓፊው

በወሎ ክፍለ ሀገር በምትገኝ ጠበል አፋፍ በምትባል አነስተኛ መንደር ውስጥ በ፲፱፸፫ ድልከ ተወለድሁ። አስኳላ ትምህርት ከመግባቴ በፊት ፊደልን በመጀመሪያ በቤት በኋላም በአካባቢው በሚገኝ መሪጌታ ዘንድ ተምሬያለሁ። የአንደኛ ደረጃ ትምህርቴን በቦረን አንደኛ ደረጃ ትምህርት ቤት አጠናቅቄያለሁ። ፯ኛ እና ፰ኛ ክፍልን በወረኢሉ አንደኛ እና መለስተኛ ሁለተኛ ደረጃ ትምህርት ቤት ፣ ፱ኛ እና ፲ኛ ክፍልን በወረኢሉ ከፍተኛ ደረጃ ትምህርት ቤት ተከታትያለሁ። የቀረውን በጎንደር ፋሲለደስ ትምህርት ቤት አጠናቅቄ የአሥራ ሁለተኛ ክፍልን የመልቀቂያ ፈታና በ፲፱፹፪ ተፈትኘ ከጅማ ዩኒቨርሲቲ የሲቪል ምህንድስና በ፲፱፹፯ ድልከ የመጀመሪያ ደረጃ ማዓርግ ተቀብያለሁ። በጅማ ዩኒቨርሲቲ የሲቪል ምህንድስና የትምህርት ክፍል ባስተማሪነት እና የዩኒቨርሲቲውን የምህንድስና ክፍል በማደራጀት ፣ የምክር አገልግሎት በመስጠት ፣ የዐቅድ ማውጣት ፣ የቦታና የሕንጻ ግመታ ሥራን ወዘተ እየሠራሁ ለሁለት ዓመታት ቆይቻለሁ። በ፳፻ ድልከ ባገኘሁት የውጭ የትምህርት ዕድል በኔዘርላንድ ፣ ደልፍት ዮኒቨርሲቲ በመሬት ምህንድስና

(ጅኦቴክኒካል ምህንድስና) የሁለተኛ ደረጃ መዓርግ አጠናቅቄያለሁ። ላጭር ጊዜ በኔዘርላንድ ፕላክሲስ በሚባል ለጂቴክኒካል ምህንድስና የሚያገለግል ሶፍትዌር አበልጿጊ መሥሪያ ቤት ውስጥ ሠርቻለሁ። ከፒዬፒ - ፒዬጊድልክ በኖርወይ ፤ በኖርወያውያን የሳይንስ እና ቴክኖሎጂ ዩኒቨርሲቲ (ከፍተኛ መካነ ትምህርት) በመሬት ምህንድስና ለሦስተኛ ደረጃ መዓርግ የሚያበቃ የምርምር ሥራ ሠርቻለሁ። በአሁኑ ጊዜ በኖርወይ ፤ በመሃንዲስነት እየሠራሁ እገኛለሁ።

የመነሳሻ ሐሳብ

ይኸን ፤ ከዚህ በፊት የታተመውን እና ከዚህ አስከትዬ የማሳትማቸውን አጫጭር መጻሕፍት እንድጽፍ ያነሳሱኝ ብዙ ምክንያቶች ናቸው። ከነዚህም ውስጥ አንደኛው ምክንያት በአንድ ኮንፈረንስ ላይ ባቀረብኩት የምርምር ሥራ ምክንያት የኮንፈረሱ አዘጋጆች በሽልማት መልክ የዮክሊድን መጽሐፍ አበረከቱልኝ። የክሊድ ከክርስቶስ ልደት በፊት ጥቂት ምኢት ዓመታት ቀደም ብሎ የነበረ ሰው ነበር። ሥራው በብዙ ቋንቋዎች እንደተተረነመ ተረዳሁ። መጽሐፉ ከተደረሰበት ዘመን አንጻር ፤ እኛስ እንዴት መጽሐፉ በግእዝ ተተርጉሞ አላገኘነውም የሚል ሐሳብ አደረብኝ¹ ምናልባት በአንዱ አውዳሚ ጦርነት ተቃጥሎ ሊሆን ይችል ይሆን ስለ አስብኩ። አሁንም ቢሆን ቋንቋን

----

^¹ ቀደምት (የዘመነ ግእዝ) ሊቃውንት ብዙ መጻሕፍትን ይጽፉ እና ይተረጉሙም ነበር ፤ ለዚህ ምስክር በህገራችን እና ከሀገር ውጭ የሚገኙ ብዙ በግእዝ የተጻፉ መጻሕፍት ናቸው።

ከማዳበር አንጻር ይዘቱ ተተርጉም ቢቀርብ መልካም ነው
ብዬ አሰብኩ፡፡

ሁለተኛ ኢትዮጵያውያን ሕፃናት በመቅረጸ ትዕይንት
እየቀረቡ አንዳንድ የሥነፈለክ ዝርዝሮችን ሲወያዩ ዐየሁ፡፡
እነኩ ልጆች በዚህ ዕድሜያቸው ይህን ያህል ፍላጎት
ካደረባቸው ፤ ለጊዜው መርኃግብር ማሟያ ከሚሆኑ ፤
በተለያዩ ግብአቶች ቢወጠሩ ለሀገራቸው በተለያዩ
የትምህርት ዘርፍ ብዙ ሊያበረክቱ ይችሉ ነበር ስለ
አሰብኩ[2]፡፡

በሦስተኛ ደረጃ የአማርኛ ቋንቋ የሀገራችንን ማኅበረሰባት
የሚያስተሳስር ድር ነው፡፡ ይህ ቋንቋ በሚገባው እንዲያድግ
በተለያዩ የትምሕርት ዘርፎች የተሰማሩ ምሁራን
የየመስካቸውን ዕውቀት ቢተረጉሙ መልካም ነው ብዬ
አሰብኩ፡፡ ለዚህም የዐቅሜን ለማበርከት ሐሳብ አደረብኝ፡፡

ታሪክ ፤ ሥነ ቁስ ፤ ሒሳብ እና ፍልስፍና ባገኘሁት አጋጣሚ
የማጠናቸው ዘርፎች ናቸው፡፡ ከ8 ዓመታት በፊት
የአንጻራዊነትን ንድፈ ሐሳብ ለማጥናት እና በአማርኛ
ለመጻፍ ወሰንኩ፡፡ የመጀመሪያ ደረጃ የወጥ አንጻራዊነት
ንድፈ ሐሳብን ባጭር ጊዜ አጥንቼ ባማርኛ ጻፍኩት፡፡ ነገር
ግን አንዳንድ ቃላትን ስተረጉማቸው ድንገተኛ ሆኑብኝ፡፡

---

[2] ለወላጆች ፤ ልጆቻችሁ በተለያዩ የትምሕርት ዘርፎች ጎበዝ እንደሆኑ
ስታዩ ፤ እያበረታታችሁ አንድ ደረጃ ከፍ ያለ ፈቲን አቅርቡላቸው እንጂ
ለከንቱ ውዳሴ አደባባይ አታውጧቸው፡፡ የሚናፍሩትን ነገር በዐይነ
ኅሊናቸው በውል እንዲመለከቱ ጊዜ እና ብስለት ያስፈልጋቸዋል፡፡

ስለዚህ መሰረታዊ የሒሳብ አስተምህሮዎችንም ለመጨመር ወሰንኩ። ሂደቱም ከዚህ ቀድሞ የታተመውን

- ሥነቁጥር ወ ሥነሥፍራ ዘዩክሊድ

በዚች መጽሐፍ የቀረበውን

- **የቅምሮች እና የቀስቶ ሥፍሮች ሥነ-ስሌት**

እና በተከታይ የማቀርበውን

- ኔውተናዊ ሥነእንቅስቃሴ
- የፕላኔቶች ጉዞ እና የኔውተን የስበት ንድፈ ሒሳብ
- የብርሃን መንገድ

አስገኘ።

የአማርኛ ቋንቋ

ኢትዮጵያ በብዙ ቋንቋዎች የታደለች ሀገር ናት። አብዛኞቹ የንግግር ቋንቋዎች ናቸው። በጣም ጥቂቶቹ የጽሐፍ ዘርፍም አላቸው። ከነዚህ አንዱ እና ብዙ ተናጋሪ ያለው አማርኛ ነው።

የአማርኛ ቋንቋን አነሳስ እና እድገት በተመለከተ ሦስት መላምቶች ይገኛሉ። አንደኛ ፡ የአማርኛ ቋንቋ ከግእዝ ጋር በትይዩነት የነበረ ፡ በዘመነ አኩስም ይነገር የነበረ ቋንቋ ነው

ይላሉ። ለዚህም እንደ ማስረጃነት አንዳንድ የአኩስም ነገሥታት ስያሜን ያቀርባሉ[3]።

አንዳንድ ጸሐፍት ደግሞ «የአማርኛ ቋንቋ የተለያየ ቋንቋ ተናጋሪ ከነበሩ ማኅበረሰባት የተወጣጡ ወታደሮች ተዳቅሎ የተበለጸገ ቋንቋ ነው» ይሉናል። ይኸ ታሪካዊ ክስተት መቼ እንደሆነ ለነገሩም ማስረጃ ስለመኖሩ ርግጠኛ አይደለሁም።

በሌሎች ደግሞ አማርኛ የንጉሣውያን ቋንቋ እንደነበርና አፈ ንጉሥ ይባልም እንደነበረ ይነገራል።

ቋንቋው በሀገሪቱ ከሚገኙ የተለያዩ ቋንቋዎች ቃላትን በመጠቀም እንደበለጸገ መረዳት ይቻላል። በቋንቋው የሚገኙ ብዙ ቃላት ፣ በተለያዩ የሀገራችን ሌሎች ቋንቋዎችም ይገኛሉ። በዘመነ አኩስም እና ዛጔ (ዘአገዌ) የመንግሥት እና የሥነ-ጽሑፍ ቋንቋ የነበረው ግእዝ ነበር። አማርኛ በንግግር ቋንቋነት ብቻ ለዘመናት ቆይቶ ፣ ከ10ኛው መቶ ክፍለ ዘመን ጀምሮ የግእዝ ፊደላትን በመዋስና በግእዝ ቋንቋ የሌሉ የአማርኛ ድምጾችን የሚወክሉ ፊደላትን በመቅረጽ የጽሑፍ ቋንቋ መሆን ጀምራል[4]። ለምሳሌ ለዐጼ አምደ ጽዮን በአማርኛ የተጻፉ ግጥሞች ነበሩ[5]።

በተለይም ከዐጼ ቴዎድሮስ ፪ኛ ዘመነ መንግሥት ጀምሮ በግእዝ ይጻፉ የነበሩ ዜና መዋዕሎች እና የቤተ ክህነት

---

[3] ለምሳሌ ጉም (708–732) ፣ አስጎምጉም (732–737) ፣ ለትም (732–737) ፣ ውድም አስፈሬ (802–832)።
[4] ጥናት ያስፈልገዋል።
[5] https//am.wikipedia.org/wiki/የወታደሮች_መዝሙር

ትምህርቶች በአማርኛ መጽሐፍ በመጀመሩ የአማርኛ ቋንቋን ሥነ-ጽሑፋዊ ዘርፍ በማስፋፋት ላይ አስተዋጽኦ አድርገዋል። የአጼ ቴዎድሮስ ዜና መዋዕል ፤ መጽሐፈ ጨዋታ ፤ ጌወግራፊያ[6] ከነዚህ ጥቂቶቹ ናቸው። ከዚያ በኋላ በርካታ መጽሐፍት ባማርኛ ታትመዋል። ከነዚህ ብዙውን እጅ የሚይዙት የልብ-ወለድ መጻሕፍት ናቸው። የሃይማኖት መጻሕፍት እና የፖለቲካና አስተዳደር መጻሕፍትም እንደዚሁ በመለስተኛ መጠን አሉ። በአማርኛ ቋንቋ የተጻፉ የሳይንስ እና የሥነዘዴ (ቴክኖሎጂ) መጻሕፍት ግን እጅግ ውሱን ናቸው። በተለይም ሒሳብ ነክ የሆኑት የሳይንስ ዘርፎች እዚህ ግባ የሚባል ቁጥር የላቸውም። እነዚህ ዘርፎች የሚፈልጓቸውን ቃላት በቋንቋው ለማስገባት በተለይም በመጀመሪያ የትምህርት ደረጃ ውሱን የሆነ ጥረት ቢደረግም ቅሉ ከመማሪያ መጻሕፍት ውስጥ ያለፈ ለሳይንሳዊ ግኝቶች እና ምህንድስናዊ ዕውቀቶች ተግባራዊ ግልጋሎት ማሳለጫነት ሲውሉ አይታይም። እስከአሁን ያለው በአማርኛ የመተርጎም እና የመመርመር ሥራ ውሱን ነው። ይኸም በመሆኑ ዘመናዊ የዕውቀት ዘርፎች በአማርኛም ሆነ በሌሎች የሀገራችን ቋንቋ ተተርጉመው አይገኙም። በተለይም የአማርኛ ቋንቋ ብዙ የሀገራችን ማንበረሰቦችን የማስተሳሰሪያ ድልድይ እንደመሆኑ መጠን በዚህ ዘመን

<hr>

[6]የቴዎድርስን ዜና መዋዕል የጻፈው አለቃ ዘነብ ፤ መጽሐፈ ጨዋታ ሥጋዊ ወመንፈሳዊ የተሰኝ ፍልስፍና እና ሃይማኖትን ባንድ ላይ የያዘ መጽሐፍን ባማርኛ ጽፏል። በዚሁ ወቅት ጌወግራፊያ (ሥፍረ ምድር) የተሰኝ መጽሐፍም ቻርለስ ዊሊያም ኢዘንበርግ በተባለ እንግሊዛዊ ሚስዮን ባማርኛ ተጽፎ ታትሟል።

ሊያድግ የሚገባውን ያህል አላደገም። ለዚህም አራት ዐበይት ምክንያቶችን መጥቀስ ይቻላል።

- የዘመናችን ሥነ-አስተዳደር ፤ ለቋንቋ ያለው ዕይታ የተዛባ በመሆኑ በአማርኛ ቋንቋ የዕድገት ሂደት ላይ አሉታዊ ተጽእኖ ማሳደሩ።
- በቋንቋው የምርምር ሥራን የማቅረብ ተነሳሽነት በምሁራኑ ዘንድ ደካማ መሆኑ።
- የቋንቋውን ብልጽጋ የሚከታተሉ ተቋሞች አለመኖራቸው።
- በዘመናችን የሳይንሳዊ ምርምር ውጤቶች የሚቀርቡት በአብዛኛው በእንግሊዝኛ በመሆኑ ፤ የእንግሊዝኛ ቋንቋ እንደ ብቸኛ የሳይንስ ቋንቋ ተደርጎ በመወሰዱ[7]።

አማርኛ ቋንቋን የዘመኑን የሰው ልጅ የዕውቀት ዘርፎች ለመግለጽ የሚያስችል እንዲሆን የምርምር ሥራዎች በቋንቋው መቅረብ ይኖርባቸዋል። ለዚህም ተስማሚ የሆነ ቃላትን ለማበልጸግ የተለያዩ ዘዴዎችን ልንጠቀም

---

[7] ይኸ አስተሳሰብ በተለይ የእንግሊዝኛ ተናጋሪ ያልሆነ እና ከቋንቋው ባህል ጋር ቅርበት የሌለውን ማኅበረሰብ የሥነዘዴዎች ተጠቃሚ እንዳይሆን ፤ የዕውቀቱ ባለቤት እንዳይሆን የሚያደርግ ነው። በተቀባፀ ዘንድ ያለው ዕውቀት ጥራዝ ነጠቅ ፤ ሽርፍራፈ እና ግልብ እንዲሆን አስተዋጽኦ ያደርጋል። ዕውቀቱንም ማኅበረሰቡን በሚጠቅም ሁኔታ እንዳያበለጽገው የሚያደርግ ነው። የሚተላለፈውን ዕውቀት ባግባቡ የሚረዱ ተረድተውም ለማኅበረሰቡ ፋይዳ ባለው መልኩ የሚያቀርቡ ምሁራንን ለማፍራትንም ያስቸግራል ። ቋንቋ የሰው ልጅ የባሕርይ ችሎታ ቢሆንም ቅሉ የቋንቋ ብልፀጋው ግን ባካባቢው ባህልና ሥነ-ልቦና እየታሽ ነው። አንድ ሌላ ቋንቋ የማኅበረሰቡ ባህልና ሥነ-ልቦና በብልፀጋው ያልተጋራው ከሆነ በቋንቋውን ፍሬያማ መግባባትን ለማድረግ አስቸጋሪ ይሆናል።

እንችላለን። ለምሳሌ ፣ በቋንቋው የማይገኙ ቃላትን ከሌላ ቋንቋ ቀጥታ በመዋስ ፣ ቃላቱን በገጠር የልሳን አወጣጥ በመለወጥ ፣ በተቀራራቢ ቃላት በመተካት ፣ የተለያዩ ስልቶችን መጠቀም አዲስ ቃል በመፍጠር (የተሻለ ነው ተብሎ ከታሰበ።) ሀገራችንም የብዙ ቋንቋዎች ባለቤት በመሆኗ ፣ በአንዱ ቋንቋ ያልተገኘው በሌላ ቋንቋ ሊገኝ ይችላል።

"ለምን ያንኑ የእንግሊዝኛውን ቃል አንጠቀምም? ይህን ማድረግ ጥቅም የለሽ ሥራ ነው ፣ ጊዜ ማባከን ነው" የሚሉ ይኖራሉ። ከላይ ሲታይ ይመስላል። በእውነትም አንድን ቃል ባልተለመደበት መስክ መጠቀም ግር የሚያሰኝ ሊሆን ይችላል። ቃሉን ለመልመድ የሚያስፈልገው የልምምድ ጊዜም እንደዚሁ ብዙ ሊሆን ይችላል። ቆም ብለን ስናስበው ግን ብዙ አወንታዊ ጎን እንዳለው ለመረዳት አያዳግትም። ለመጥቀስ ያህል።

- ሰው በሚገባ በሰለጠነበት ቋንቋ ሲማር ፣ ሲነገር ፣ ሲታደም ፣ የሚተላለፈውን መልዕክት በውል ለመረዳት ፣ ዕውቀቱን ለማገንዘብ የሚያደርገውን ጥረት ሂደት በእጅጉ የሚያግዝ ሆኖ እናገኘዋለን። ዋናው ቁም ነገር አንድ ነገር ሀ ወይም ለ ተብሎ መሰየሙ ሳይሆን ስያሜውን ስንሰማ በአእምሯችን ውስጥ የሚተላለፈው መልዕክት እና የሐሳብ ሥዕል ነው። አንድ ነገር ወይም ሁነት ቃል ስንወክልለት ፣ የተወከለው ቃል ጋር

የተያያዘው ምስል ምን እንደሆነ በምሳሌ ልናስረዳ እንችላለን፡፡ ምሳሌውን ወይም ገለጻውን ደግሞ ተደራሹ አብልጦ በሚረዳው ቋንቋ ከማድረግ በላይ የተሻለ መንገድ ያለ አይመስለኝም፡፡

- የአማርኛ ቋንቋን አቅም ከማሳሳፋት አንጻር የሚፈጥረው ተጽእኖ አሌ የማይባል ነው።[8]

- ለትምሕርት አሰጣጡ አጋዥ ይሆናል፡፡ ተማሪው የቀሰመውን ትምህርት ማኅበራዊ ችግሮችን ለመፍታት እንዲያውለው በሚያስችለው መንገድ እንዲሆን ሊያግዝ ይችላል፡፡

- በአማርኛ ቋንቋ የሚጻፉ የሳይንስ እና የሥነዘዴ መጻሕፍት ፣ የየዘርፎቹን ርባና ለማንጠር ጠቃሚ የሆኑትን ለመጠቀም እና ተግባራዊ ብልጸጋቸውን ለማሳለጥ አጋዥ ሊሆኑ ይችላሉ፡፡ ብሎም ምሁሩ ከተርታው ሰው የሚግባባበት እና የተማረውን ወደ ሥራ የሚቀይርበት ፣ መረዳቱን ከሐሳብ ከበብ ወደ

---

[8] አንድን ዕውቀት በእንግሊዝኛ የቀሰመ ምሁር ፣ ከሁነቱ ወይም ነገሩ ጋር ያያዘው ቃል በመኖሩ ፣ ለዚያ ቃል አዲስ ወይም ሌላ ነገርን ለመጠቀም አይዋጥለትም፡፡ ነገሩ ከልምድ ጋር የተያያዘ ነው፡፡ በአሁኑ ጊዜ እንግሊዝኛ ዋና የሳይንስ መግባቢያ ቋንቋ እየሆነ ስለመጣ ፣ በዚህ ቋንቋ የሚደረጉ ጥናቶችን ፣ የምርምር ውጤቶችን መማር ፣ ማሳተም የሚበረታታ ነው፡፡ ነገር ግን አንድ ኢትዮጵያዊ ተመራማሪ የምርምሩን ውጤት ፣ ሐሳቡን ለሀገሩ ብዝኃ ተደራሲ በራሱ ቋንቋ ለማግለጽ መቻል ይገባዋል፡፡ ያንን ለማድረግ የቋንቋው አቅም መዳበር አለበት፡፡ ለቋንቋው መዳበር ደግሞ ትልቁን ግብአት የሚሰጠው አዳዲስ ግኝቶችን ለመግለጽ ሲጠር ነው፡፡

ገሀዱ ዓለም የሚያሻጋግርበት የቋንቋ ድልድይ
በበቂ እንዲዳብር አጋዥ ሊሆኑ ይችላሉ።

ሒሳብ

ሒሳብ የራሱ ሕግጋት ያሉት ቋንቋ ነው። አንድን ቋንቋ
ለመረዳት እና ለመጠቀም የቋንቋውን የስዋስው ሕጎች ፣
ቃላት ወዘተ መረዳት እና ከሁሉም በላይ በትግበራ
መለማመድ ያስፈልጋል። ሒሳብም እንዲሁ ነው። ሒሳብ
በመጠኖች መካከል ያለን ዝምድና በጥሩ እና በአጭር
መልኩ ለመቀመር የሚረዳን ቋንቋ ዐይነት የሳይንስ ዘርፍ
ነው። ለብዙ የሳይንስ ዘርፎችም መሠረታዊ ቋንቋ ሆኖ
ያገለግላል ፣ በተለይ በፊዚካ እና በከመካ (ሥነ-ቅመማ)
የሳይንስ ዘርፎች ታላቅ ሚናን ይጫወታል። ብዙ የሒሳብ
የሥነ-ስሌት ዘርፎች አሉ። የሒሳብ የስሌት ዘርፎችን
እንደጫዋታ ሕግ ብንመለከታቸው ፣ ለሳይንሱ የተሻለ
አቀራረብ እና አረዳድ እንፈጥራለን። አንድን ጫዋታ
ስንጫወት በመጀመሪያ የጫዋታውን ሕጎች ማጤን እና
መረዳት ያስፈልጋል። ይኸ ብቻ በቂ አይደለም። ጥሩ
ተጫዋች ለመሆን ጫዋታውን ደጋግመን በመጫወት
መለማመድ ይኖርብናል። የቼዝ ጫዋታ ሕጎችን ማወቅ ብቻ
ጥሩ የቼዝ ተጫዋች አያደርግም። ልምምድ አስፈላጊ ነው።
እንደዚሁም የስሌት ሕጎችን ማወቅ ጥሩ የሒሳብ ከዋኝ
አያደርግም። ደጋግሞ በመለማመድ የስሌት ሕጎችን የራስ
ገንዘብ ማድረግና አስፈላጊ በሆኑበት ቦታ ለመጠቀም
ይረዳል።

በዚህ መጽሐፍ

በዚህ መጽሐፍ የምንመለከተው በዋነኛነት የቅምሮች እና የቀስቶ ሥፍሮች ሥነስሌት ነው። መጽሐፉ ስምንት ምዕራፎች አሉት። የመጀመሪያው ምዕራፍ የሥነቅምርን ብያኔ ፤ ዐይነቶች እና ካርተሳዊ የቅንብር ሥርዓትን ይመለከታል። ሁለተኛው ምዕራፍ የቀስቶ ሥፍሮችን ብያኔ እና ሥነስሌት ይመለከታል። ሦስተኛው ምዕራፍ የዐሪካት ሥነስሌትን ይመለከታል። በዐራተኛው ምዕራፍ ለብዙ ሥሌቶች ጠቃሚ የሆኑ እና ዐሪካትን በምጥን ሒሳባዊ ሐረግ ለማስቀመጥ ምቹ የሆነው የመወስቅ ሥነስሌት ባጭሩ ቀርቧል። ምዕራፍ አምስት በከርቦች የተለያዩ ነጥቦች ላይ የሚሆኑ ተዳፋትን ፤ ተቃናትን ፤ ቅርበትን (ጥጌትን) ፤ ተቃረብን ፤ ከፌል እና ሙሉ ልውጠትን ለማስላት የሚጠቅሙ የስሌት ዘዴዎችን ይመለከታል። ምዕራፍ ስድስት የሬይማንን ድምር ፤ ሥነአልዶትን እና የአልዶት መተንተኛ መንገዶችን ባጭሩ ያቀርባል። ምዕራፍ ሰባት የቀስቶ መስኮችን ልውጠት እና አልዶት አተናተን እና በዚሁም ውስጥ ጠቃሚ የሆኑትን የግሪንን እና የጋውስን አዋጆች ያቀርባል። በመጨረሻው ምዕራፍ የከፍታ ፤ የዝቅታ እና የምጣኔ ስሌቶች ባጭሩ ቀርበዋል።

ምዕራፍ ፪: ሥነ-ቅምር እና ካርተሳዊ ሥነ-ሥፍራ

ከዚህ ቀድመን በ (አንተነህ ብሩ, 2024a) ያየነው የሥነ-ሥፍራ ሥነስሌት ቀደምት የሥነ-ሥፍራ ሊቆች የደረሱትን ነው፡፡ የግሪክ የሒሳብ ሊቆች እነ ዩክሊድ (አፍክሊደስ) ፣ አርኬመደስ ፣ አፖሎኒዋስ እና ሌሎቹም የጻፏቸውን መጻሕፍት በመመርመር ፣ የሕንድን የቁጥር ፍልስፍና በመቀበል በዘርፉ የሚቀጥለውን ርምጃ ያበረከቱት የፋርስ እና የዐረብ የሒሳብ ሊቆች ነበሩ፡፡ ከነዚህ አንዱ ከ<u>፯፻፷</u> - <u>፰፻፶</u> ድልክ የነበረው የኻሪዝሚው[9] ሙሐመድ የሙሳ ልጅ ፣ የጃፋር አባት ነው፡፡ ዛሬ ዛሬ ባጭሩ ዘ ኻሪዝሚ (በዐረብኛ አል-ኻሪዝሚ) በመባል ብቻ ነው የሚታወቀው፡፡ የኻሪዝሚው ሙሐመድ **አል ኪታብ አል ሙኽታሳር ፊ ሒሳብ አል ጃብር ወ አል ሙቋባላህ** የተሠኛ መጽሐፍ ጽፏል (Rosen, 1831)፡፡ በዚሁ መጽሐፉ እኩልዮሾችን ለመፍታት የሚያገለግሉ ስሌቶችን አቅርቧል[10]፡፡ የኻሪዝሚው ሙሐመድ ሥራ አልጀበራ የተሠኘውን የሒሳብ ዘርፍ አስነስቷል፡፡ አልጀብራ ምልክቶችን እና ቁጥሮችን በመጠቀም ቀመሮችን እና እኩልዮሾችን የማከናወን

---

[9] ኻሪዝሚ ፋርስ ኡዝቤኪስታን በአክሱስ ወንዝ ሥር የምትገኝ አሁን ኬቫ የምትባል ቦታ ናት፡፡

[10] መጽሐፉ በአምስት ምዕራፎች የተከፈለ ነው፡፡ በመጽሐፉ የመጀመሪያ ክፍል ሃይለ ሁለት እኩልዮሾችን ለመፍታት የሚያገለግሉ ሕጎችን ያስቀመጠበት ነው፡፡ በሁለተኛው ምዕራፍ በመጀመሪያው ምዕራፍ ያቀረባቸውን ሕጎች ሥነ-ሥፍራዊ ትንታኔ ያቀረበበት ነው፡፡ በሦስተኛው ክፍል የመደመር ፣ የመቀነስ ፣ ሥርዎችን መፈለጊያ ሕጎችና የሁለተኛ ሥርውን የሚመለከቱ ዐረፍተ ሞገቶችን ያቀረበበት ነው፡፡

ድርጅት ያለው የሒሳብ ዘርፍ ነው። ዘርፉ በምዕራቡ የዓለማችን ክፍል እየተስፋፋ ሲመጣ በዐረብኛ ቋንቋ አል-ጀብር ወአል-ሙቃባላህ ይባል የነበረው ተቀጥሮ እና የተወሰነ ተፋልሶ አልጀብራ ተባለ። አል-ጀብር ማለት «የተሰባበሩ ክፍሎችን መገጣጠም» ማለት ሲሆን ፤ አል-ሙቃባላህ ማለት ደግሞ «ፊት ለፊት ማስቀመጥ ፤ መመዘን ፤ ማቃረን ፤ እኩል ማድረግ» ማለት ነው።

ሌላው የፋርስ የሒሳብ ፤ የሥነ-ፈለክ ሊቅ እና ገጣሚው ዖማር ኻያም በአልጀብራ እና በሥነ-ሥፍራ መካከል ያለን ዝምድና በተወሰነ መልኩ ተረድቶ ነበር። ዖማር ኻያም ኩባዊ እኩልዮሾችን በሥነ-ሥፍራዊ ተለማ የአፈታት ዘዴን ለመጀመሪያ ጊዜ አቅርቦ ነበር (Bisom, 2021)። የዖማር ኻያም ሥራ የትንተናዊ ሥነ-ሥፍራ የመጀመሪያ ሥራ ነው የሚሉ አሉ። የሚቀጥለው ርምጃ የመጣው ግን በሬኔ ዴስካርተስ ነው። ዴስካርተስ የቀደምት የሥነ-ሥፍራ አቀራረቦች ውስንነት እንደነበረባቸው ተገንዝቦ ነበር። የቅንብር ሥርዓት አወቃቀርን በማርቀቅ እና ከርቦችን በቅንብር ሥርዓት ጥንዶች በመግለጥ ፤ ትንተናዊ ሥነ-ሥፍራን አዳጉሷል። ይኸም የሒሳብ ተመራማሪዎችን ሥነ-ሥፍራን በቅንብር ሥርዓቱ ጥንዶች መከካል በሚደረግ አልጀብራዊ ዝምድና ለመግለጥ አስችሏቸዋል። በ፲፯ኛው መቶ ክፍለ ዘመን የነበሩ የሒሳብ ሊቆች ፤ ከአንድ ከርብ መሥመር ጋር የተያያዘን መጠን ፤ ለምሳሌ እንደ ተዳፋት ያሉ የከርቡን ጸባያትን የሚገልጡ አልጀብራዊ ዝምድናዎችን function የሚል ስያሜዎችን ሰጥተዋቸዋል። በዚህ መጽሐፍ ቅምር እንላቸዋለን። የቅምር ብይን ከዚህ

ተነስቶ እየሰፋ በመሄድ አሁን ያለውን መደበኛ ብይን
ይዟል።

የቅንብር ሥርዓት

ብይን: የቅንብር ሥርዓት የአንድን ነጥብ ቦታ ከተወሰነ
የመነሻ ነጥብ አንጻር ለመሥፈር አንድ ወይም ከአንድ በላይ
የቁጥር መስመሮችን አቀናብሮ የያዘ የሒሳብ
ሥርዓት ነው።

$P(a_x)$

$O(0)$ x

አውታረ-፩ (ወተረ ዋሕድ) የቅንብር ሥርዓት: - በአንድ
ቀጥታ መሥመር ላይ አልቦ ፤ ደማር እና ቀናስ
ቁጥሮችን ልናስቀምጥ እንችላለን። የቁጥር
መሥመሩን አውታር[11] እንለዋለን።
የx —የቅንብር አውታር ብለን ልንሰይመው
እንችላለን። ሥርዓቱ አውታረ-፩ ሊባል
ይችላል። በአውታረ-፩ ሥርዓት ወደ ግራና ወደ
ቀኝ ቢኖር ወደ ሣላ እና ወደ ፌት የለም ፤ ወደ ላይ እና ወደ
ታች የሚባል ነገር የለም። አውታረ-፩ ሥርዓት በሒሳብ ያለ
ሥርዓት ነው።

$P(a_x, a_y)$

$O(0,0)$ x

አውታረ-፪ (ወተረ ክልኤ) የቅንብር ሥርዓት: - ሁለት
የቁጥር መስመሮች በ፺ መዓርጋት አልቦ ላይ ተቋራጭ ሆነው
ሊቀናብሩ ይችላሉ። በሁለቱም የቁጥር መስመሮች ላይ

---

[11]አውታር የግእዝ ቃል ነው። ቃሉ የወተር (ግእ ፤ በረ) ብዙ ነው። ድምፁ
ከወተር ይልቅ የተሻለ በመሆኑ ልክ እንደነጠላ እንጠቀምበታለን።
በተጨማሪም ፤ አውታርን ልክ እንደ ነጠላ ወስደን ለብዙ ፤ በአማርኛ የአበዛዝ
ስልት ፤ አውታሮች እንላለን። ከግእዝ ቋንቋ አንጻር የቋንቋ መፋለስን
እንዳያስከትል አውታር ሁለት ወደ ተቋራኒ አቅጣጫ የሚሄዱ ወተሮችን
(ጥንድ ወተሮችን) የሚይዝ ነው ብሎ ማሰብ ይቻላል።

ከአልቦ በታች እና ከአልቦ በላይ ቁጥሮችን ማስፈር ይቻላል፡፡ አንዱን የ x-የቅንብር አውታር ተቢዳኙን የቁጥር መሥመር ደግሞ የy-የቅንብር አውታር ብለን ልንሰይመው እንችላለን፡፡ ይኸ የቅንብር ሥርዓት አውታረ-፪ ነው፡፡ በአውታረ-፪ ሥርዓት ወደ ግራ ወደ ቀኝ ወደ ፊት ወደ ኋላ ሲኖሩ ወደ ላይ ወደ ታች የሚባል ነገር የለም፡፡ አውታረ-፪ ሥርዓትም የሐሳብ ሥርዓት ነው፡፡ አራት ክልሎች አሉት፡፡ ርቦዎች ይባላሉ፡፡ ርቦ ፩ በደማግ x እና በደማግ y ይወሰናል፡፡ ርቦ ፪ በቀናስ x እና በደማግ y ይወሰናል ፤ ርቦ ፫ በቀናስ x እና ቀናስ y ይወሰናል ርቦ ፬ በደማግ x እና በቀናስ y ይወሰናል፡፡ እያንዳንዳቸው ፺ መዓርጋት ዘዌ ይይዛሉ፡፡

አውታረ-፫ (ወተረ ሥሉስ) የቅንብር ሥርዓት፡ - በገሃዱ ዓለም የአንድን ቁስ ወይም ነጥብ የቦታ ርቅት እንደፈቀድነው ያለ ገደብ ለመለካት ቀድሞ ለነበሩት አውታረ-፪ የቅንብር ሥርዓት የቁጥር አውታሮች ፪ መዓርጋት የዘዌ ሥፍር ያለው የቁጥር መሥመር ፤ በጋራ የአልቦ ነጥብ የሚያልፍ ልንተልም እንችላለን፡፡ በሥዕሉ እንደተመለከተው x ፤ y

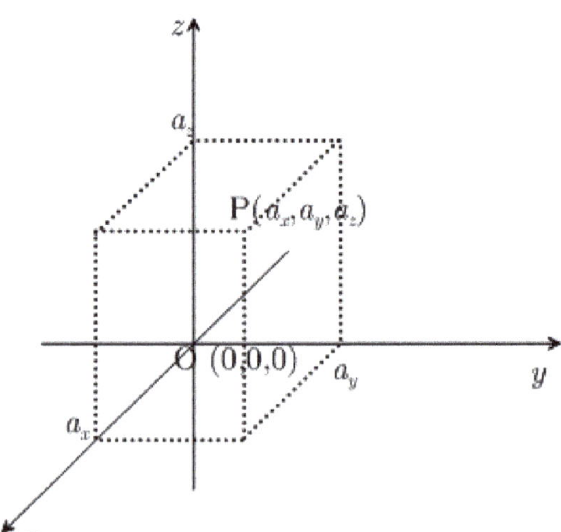

እና z የቅንብር ሥርዓቱ ተቢዳኝ አውታሮች ናቸው፡፡

ሦስቱም የቅንብር አውታሮች ርስበርሳቸው ምስቅ ይሆናሉ። ይኸ የአውታረ-፫ የቅንብር ሥርዓት ይባላል። የአውታረ-፫ ሥርዓት በገሀዱ ዓለም የምናየውን ግራ-ቀኝ ፤ ፊት-ኋላ እና ላይ-ታች የያዘ ነው።

የቅንብር ሥርዓቶች አወቃቀር በመጀመሪያ በ፲፯ኛው መቶ ክፍለ ዘመን ያቀነቀነው ሬን ዴስካርተስ የተባለ ፈረንሳዊ ፈላስፋ እና የሒሳብ ተመራማሪ ነበር። ስለዚህም ካርተሳዊ የቅንብር ሥርዓት በመባልም ይታወቃል። የዚህ የቅንብር ሥርዓት መፈልሰፍ በሥነ-ሥፍራ እና ሥነ-ቅምር (አልጀብራ) መካከል ያለው ዝምድና ነልቶ እንዲወጣና ፤ የሥነ-ሥፍራ ትምህርት እና ምርምር በእጅጉ ቀልጣፋ እንዲሆን አድርጓል (ሐውኪንግ, 2005)።

የቅንብር ሹረት (ሹረታዊ ሽግረት[12])

የሥነ-ሥፍራ ቅርጾችን በሒሳብ ስሌት ለመግለጽ የቅንብር ሥርዓትን ለማዋቀር ብዙ

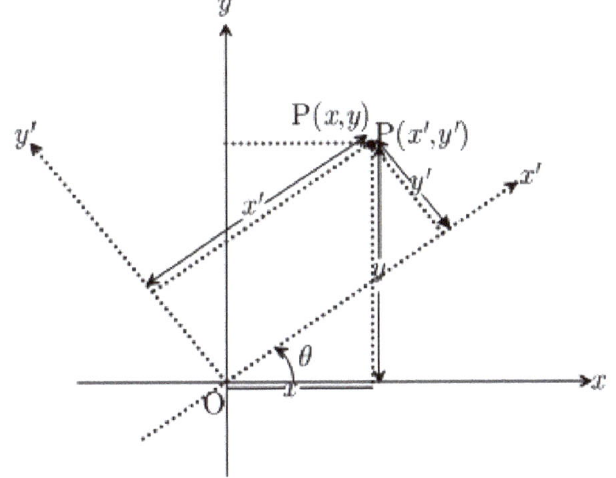

---

[12] Coordinate rotational transformation

የተለያዩ መንገዶች[13] ስላሉ አንዱ ከአንዱ የሚዛመዱበትን መንገድ ማወቅ ጠቃሚ ነው፡፡ አንዲት ነጥብ በተለያዩ የቅንብር ሥርዓቶች የተለያየ የቅንብር ዕሴት ይኖራታል፡፡ አንዱን የቅንብር ሥርዓት በማሽከር ወይም በማንፏቀቅ ሌላ የቅንብር ሥርዓት ሊዋቀር ይችላል፡፡ የቅንብር ሹረትን እንመልከት፡፡ የቅንብር ሥርዓት መሸር የሚችለው በአውታረ-ፎ ወይም ከዚያ በላይ በሆኑ የቅንብር ሥርዓቶች ነው፡፡ ለምሳሌ በአውታረ-ፎ ሥርዓት ፣ አንድን የቅንብር ሥርዓት በዘዌ θ ያሽርነው እንደሆነ በቀድሞ የቅንብር ሥርዓት ዕሴት (x, y) ያላት ነጥብ ከሹረት በኋላ የቅንብር ዕሴት (x', y') ይኖራታል፡፡ ሁለቱ የቅንብር ዕሴቶች እንደሚከተለው ይዛመዳሉ፡፡

$$x' = x\cos\theta - y\sin\theta$$

$$y' = x\sin\theta + y\cos\theta$$

በቅንብር ሥርዓት ሹረት የነጥቦች የቅንብር ዕሴት እንደዚህ ይቀየራል፡፡ በቅንብር ሹረት ጊዜ ግን በሁለት ነጥቦች መካከል ያለ ርቀት እንደተጠበቀ ይሆናል፡፡ አይለወጥም፡፡ እናረጋግጥ፡፡

በመጀመሪያው የቅንብር ሥርዓት ሁለት ነጥቦች $P_1(x_1, y_1)$ እና $P_2(x_2, y_2)$ ይኑሩን፡፡

---

[13]ሌሎችም የቅንብር ሥርዓቶች አሉ፡፡ ለምሳሌ ዐምዳዊ (cylindrical) ወይም ሉላዊ (spherical) የቅንብር ሥርዓቶች አሉ፡፡

እነዚሁ ነጥቦች በዘዌ θ በሾረው የቅንብር ሥርዓት የቅንብር ፅሴት $P_1(x'_1, y'_1)$ እና $P_2(x'_2, y'_2)$ ይኮራቸው። በሁለቱ ነጥቦች መካከል ያለውን ርቀት S የፓይታጎራስን አዋጅ በመጠቀም እንደሚከተለው እናገኛለን።

$$S'^2 = (x'_2 - x'_1)^2 + (y'_2 - y'_1)^2$$
$$= (\cos\theta(x_2 - x_1) + \sin\theta(y_1 - y_2))^2$$
$$+(\sin\theta(x_2 - x_1) + \cos\theta(y_2 - y_1))^2$$
$$= \cos^2\theta(x_2 - x_1)^2 + \sin^2\theta(y_1 - y_2)^2$$
$$-2\cos\theta\sin\theta(x_2 - x_1)(y_2 - y_1)$$
$$+ \cos^2\theta(y_2 - y_1)^2 + \sin^2\theta(x_2 - x_1)^2$$
$$+2\cos\theta\sin\theta(x_2 - x_1)(y_2 - y_1)$$
$$= (x_2 - x_1)^2 + (y_2 - y_1)^2$$
$$= S^2$$

ስለዚህ በሁለት ነጥቦች መካከል ያለ ርቀት በቅንብር ሥርዓት ሹረት አይለወጤ ሥፍር ይባላል። አይለወጤ (invariant) በሁሉም ተዛማጅ የቅንብር ሥርዓቶች የሚገኙ ዋቢዎች የሚስማሙበት በሁሉም እኩል የሚሠፈር ወይም በቅንብር ሥርዓት ሹረት ወይም ፍልሰት የማይቀያየር መጠን ነው።

ብይኖች

ብ፩: ቅምር (function) በግብአት ስብስብ እና በውጤት ስብስብ መካከል ያለ ዝምድና ነው። እንበልና x የግብአት ስብስብ ቢሆን ፤ y ደግሞ የውጤት ስብስብ ቢሆን ፤

እያንዳንዱ የ y ዕሴት ከx ዕሴት ጋር በተናጠል ቢዛመድ ፤ በተጨማሪም x በa እና በb መካከል ያለማቋረጥ ያለ የትኛውም ቁጥር ቢሆን ፤ $y = f(x)$ም እንዲሁ ያለማቋረጥ ይሆናል። ዝምድናው ትንተናዊ (analytical) ሊሆንም ላይሆንም ይችላል።

ውጤቱን የሚወክለውን ጥገኛ መለውጥ (የውጤት ውክል) ስንለው ፤ ግብአቱን የሚወክለውን ደግሞ ነጻ መለውጥ (የግብአት ውክል) ነው እንላለን። በተለምዶ አጻጻፍ

$$y = f(x)$$

ስንጽፍ ፤ y የx ቅምር ነው ማለታችን ነው። የቅምር በካርተሳዊ የቅንብር ሥርዓት መስመራዊ ትልም ቀጤ መሥመር ፤ የሚጠማዘዝ ፤ የሚቀላበስ ፤ የሚከትር ፤ ነውጤ ሊሆን ይችላል። የሚጠማዘዝ ፤ የሚቀላበስ ፤ ያለማቋረጥ ክንባሌውን የሚቀያይር ከፊሉ ወይም ሙሉው በእንግሊዝኛ curve ይባላል። መነሻው curvus የሚባል የላቲን ቃል ነው። በላቲን curvus ማለት የታጠፈ ፤ የተቆለመመ እንደ ገና ዱላ ጫፍ ወይም እንደ ከዘራ መያዣ ማለት ነው። ተቀራራቢ ድምጽ ያለው የግእዝ ቃል ቃል ከረጰ የሚባል አለ። ከረጰ ማለት ትንሽ ቅርጫት ማለት ነው (ኪዳነወልድ ክፍሌ)። የቅርጫት ቅርጹም እንደ ደጋን የተቆለመመ በመሆኑ curve የሚለውን ቃል ለመተካት ትንሽ አሻሽለን ብንጠቀምበት እላለሁ። በዚህ መጽሐፍ ከርብ የሚል እንጠቀማለን።

ብ፤: ቀመር[14] መረጃን ወይም ዝምድናን በአጭር መንገድ በምልክት አገላለጽ ነው። በሒሳባዊ አረዳድ **ቀመር** በምልክቶች የተገለጸ በሕገ-አመክንዮ የተደረሰ ዝምድናና መረጃን የሚሸከም የሒሳብ ሐረግ ነው።

ብ፤: ሥነ-ቅምር (አልጀብራ) ምልክቶችን እና ቁጥሮችን በመጠቀም ቀመሮችን እና እኩልዮሾችን የማከናወን ድርጅት ያለው የሒሳብ ዘርፍ ነው።

ብ፤: ካርተሳዊ ሥነ-ሥፍራ ፤ ትንተናዊ ሥነ-ሥፍራ የሥነ-ቅምር ዐይነት ሲሆን ሥነ-ሥፍራ ዝምድናዎችን በቅንብር ሥርዓት ውስጥ ለመተንተን የምንጠቀምበት የሒሳብ ዘርፍ ነው።

---

[14]ኪዳ. ከፍ. መጽሐፈ ስዋስው
ቀምር ፤ ርት መቀመር ፤ ማዘጋጀት ፤ ማሰብ ፤ መመደብ። መዘርጋት ፤ መጋረድ ፤ መለየት ፤ መከፈል ፤ በስፍርና በቁጥር ማደላደል።
ቀመር መጋረጃ ፤ ነበር ፤ ጠፈር ፤ መዋቅር ፤ ዋልታ ፤ ገበታ ፤ ከፍል ፤ ምዕራፍ ፤ ቁጥር ፤ ሒሳብ።

ባለ አንድ መለውጥ ቅምር

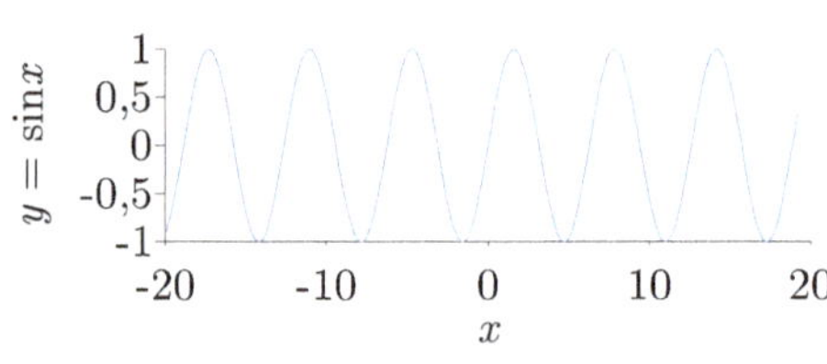

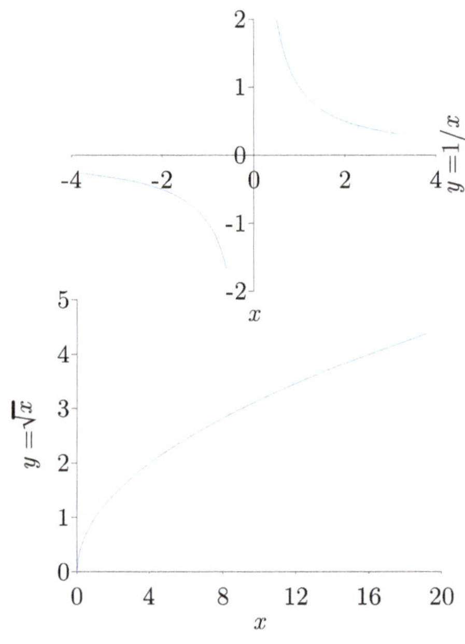

ባለ አንድ መለውጥ ቅምር ፣ በአንድ መለውጥ ብቻ የተወሰነ መጠን ነው፡፡ ቅምሮችን ለማጤን ፣ ጸባያቸውን ፣ አካሄዳቸውን ለመረዳት ፣ መትለም ያስፈልጋል፡፡ ብዙ ዐይነት ባለ አንድ መለውጥ ትልሞች አሉ፡፡ ለምሳሌ ዐውዳዊ (ከባዊ ፣ ከበባዊ ፣ ዘዌአዊ[15]) ፣ ነውጤ ፣ ሞፀፋዊ (ሃይፐርቦላዊ) ፣ ደጋናዊ (ፓራቦላዊ) ፣ ግልብጥ−x ፣ ሥርዋዊ ፣ ፖሊኖማዊ እና የመሳሰሉት፡፡ አስከትለን ጥቂት ምሳሌዎችን እናቀርባለን፡፡

ለምሳሌ ሳን-ዘዌ−x ፣ ግልብጥ−x እና ሥርወ ካሬ − $x =$ ሥርዉ$(x ፤ 2)$ በቅደም ተከተላቸው እንደሚከተለው ይጸፈሉ፡፡

$$f(x) = \sin x \;⁏\; f(x) = \frac{1}{x} \;⁏\; f(x) = \sqrt{x}$$

የነዚህ ቅምሮች በ$x - y$ የቅንብር ሥርዓት ትልም እንደ ቅደም ተከተላቸው በግራ በኩል ተመልክቷል።

ሳን-ዘዌ በደማር አሃድ እና በቀናስ አሃድ መካከል የሚመላለስ ዐውዳዊ ቅምር ነው። ግልብጥ-x ሁለት ርስበርሳቸው በማይገናኙ ከርቦች ይገለጣል። የx ዕሴት ከአልቦ በላይ እየጨመረ ሲሄድ ወይም ከአልቦ በታች እየቀነሰ ሲሄድ ወደ አልቦነት እየተጠጋ ይሄዳል። x ከደማር በኩል ወደ አልቦ ሲጠጋ $f(x) = y$ ወደ ደማር የትየለሽ (∞) ይሄዳል ከቀናስ x በኩል ወደ አልቦ ሲጠጋ ደግሞ $f(x) = y$ ወደ ቀናስ የትየለሽ $(-\infty)$ ይሄዳል። አልቦ ላይ ብይን የለሽ ነው። ትልሙን በቅንብር ሥርዓት ለማስቀመጥ የxን ዕሴት ወስነን ⁏ $f(x) = y$ን እንፈልጋለን። ለምሳሌ $f(x = 4) = 0.25$። እንደዚሁ የብዙ ነጥቦችን የ$x - y$ የቅንብር ዕሴት በቅንብር ሥርዓቱ ላይ በማስቀመጥ እና በማያያዝ መትለም እንችላለን።

የሥርወ ካሬ$-x$ ትልምም በቀኝ በኩል ተመልክቷል። ትልሙ የገሀድ ግዛት የሚኖረው x ደማር ሲሆን ብቻ ነው። ሥርው $(a ⁏ 2)$ ግማሽ ደጋን የሚመስል ደጋናዊ ከርብ ነው።

የገሀድ ግዛት:- አንድ ዕሴት በአልቦ ሲካፈል ⁏ ትርጉም የለሽ ይሆናል። ቀናስ ቁጥር በካሬ ሥርው ውስጥ ሲሆን (ባጠቃላይ በሙሉ ቁጥር ሥርው ውስጥ ሲሆን) ከገሀድ

ቁጥር ክልል ውጭ ይሆናል። አንድ ቅምር የእሴቶቹ ስብስብ ገሀድ ቁጥሮች የሆኑበት ግዛት ፤ የገሀድ ግዛት ይባላል። ለምሳሌ ግልብጥ- xን $(\frac{1}{x}$ን$)$ ብንወስድ ፤ $x = 0$ ሲሆን ብይን የለሽ ነው። በመሆኑም እውን የሚሆንባቸው የቅምሩ የገሀድ ግዛት $[-\infty, 0)$ እና $(0, \infty]$ ናቸው። ከአልቦ በላይ ማለትም አልቦን ሳይዝ ከቅሩብ አልቦ እስከ የትየለሽ ከአልቦ በታች ከቅሩብ አልቦ እስከ ቀናስ የትየለሽ የገሀድ ግዛት አለው። $\sqrt{x}$ ገሃድ የሚሆነው x አልቦና ከአልቦ በላይ የሆነ እንደሆነ ነው። አንባቢው ይህን መነሻ በማድረግ ለሌሎች ቅምሮችም እንደዚሁ ገሀድ ግዛታቸውን መወሰን ይችላል።

የቅምር ስያሜዎች	ምሳሌ
ቅምረ ዘዊ (ዘዊያዊ ቅምር)	$\sin x$ ፤ $\cos x$ ፤ $\tan x$
ቅምረ ኤክስፖነንት (ኤክስፖነንታዊ ቅምር)	e^x
ቅምረ ሎጋሪዝም (ሎጋሪዝማዊ ቅምር)	$\ln x$ ፤ $\log x$
ቅምረ ሃይላዊ (ሃይላዊ ቅምር)	x^n
ፖሊኖማዊ ቅምር	$\sum_{i=0}^{n} a_i x^i$
ቅምረ ክፍለ-ቅንብብ (ክፍለ ቅንብባዊ ቅምር)	ከዚህ በታች ዝርዝር ተደርጎ ይገኛል።

የክፍላተ ቅንብብ ቅመር

ክፍላተ ቅምብብ የሚባሉት ቅምብብን በመቁረጫ ጠለል በተለያየ አቅጣጫ በመቆራረጥ የሚሠሩ ሥፍራዊ ስዕሎች ናቸው (ሄዝ, 1896; አንተነህ ብሩ, 2024a)። እንዚህም ከብ ፤ ከበብ ፤ ሃይፐርቦላ (ሞፀፍ) ፤ ፓራቦላ (ደጋኛ) ናቸው። በካርተሳዊ ሥርዓት እንደሚከተለው ይገለጻሉ።

ከብ

ክፍለ ቅምብባት አንዱ ሲሆን አይለወጤ የማዕከል ዳርቻ ርቀት (ማዳር) ያለው ዙሪያ ገጠም ሥዕል ነው። በካርቴሳዊ የቅንብር ሥርዓት ፤ የቅንብር ሥርዓቱ የx-አውታር እና የy-አውታር የከበቡ ማዕከሉ ላይ ቢያርፉ ፤ መነሻቸውም የከቡ ማዕከል ቢሆን ፤ r የከቡ <u>ማዳር</u> ቢሆን ፤ ከፓይታጎራስ አዋጅ በመነሳት የከቡ የ x እና የy ቅንብሮች በከቡ ዙሪያ ላይ የሚከተለው ዝምድና አላቸው

$$x^2 + y^2 = r^2$$

ከበብ

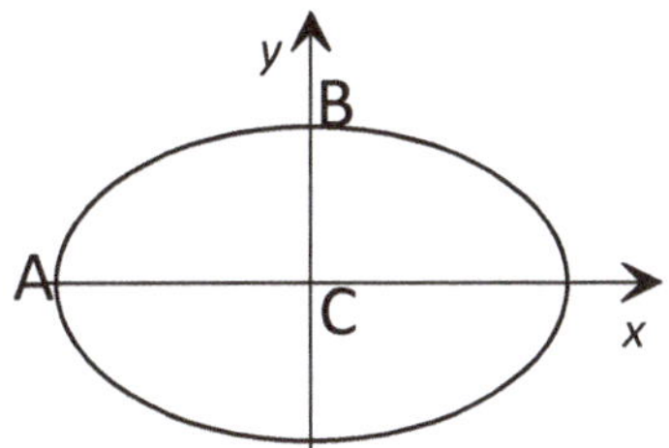

በካርተሳዊ የቅንብር ሥርዓት ፤ የቅንብር ሥርዓቱ መነሻ በከበቡ ማዕከል C ላይ ቢሆን ፤ የ x —አውታሩ በከበቡ ዐብይ አውታር ላይ ቢሆን በሚከተለው ቀመር ይገለጻል።

$$\frac{x^2}{AC^2} + \frac{y^2}{BC^2} = 1$$

$AC = BC$ ሲሆን ከበቡ ከብ ይሆናል።

ሃይፐርቦላ (ምዕፀፍ)

በካርተሳዊ የቅንብር ሥርዓት ፣ የቅንብር ሥርዓቱ መነሻ በክበቡ ማዕከል C ላይ ቢሆን ፣ የ x -አውታሩ በክበቡ ዐብይ አውታር ላይ ቢሆን በሚከተለው ቀመር ይገለጻል፡፡

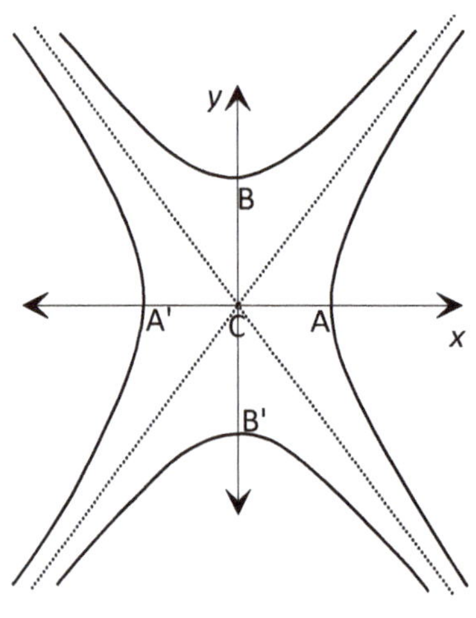

$$\frac{x^2}{AC^2} - \frac{y^2}{BC^2} = \pm 1$$

የሃይፐርቦላው ጠገኖች የሃይፐርቦላው ቅርጫፎች የሚቀርቧቸው ሁለት ቀጥታ መስመሮች ናቸው፡፡ መስመሮቹ በሚከተለው እኩልዮሽ የገለጣሉ፡፡

$$x = \pm \frac{AC^2}{BC^2} y$$

ፓራቦላ (ደጋፍ)

የካርተሳዊ ቅንበር ሥርዓቱ ተቢዳኝ x እና y አውታሮች አልቦ ነጥብ በፓራቦላው መሪ መሥመር እና በፓራቦላው አውታር መገናኛ ላይ ቢሆን ፣ የፓራቦላው ቀኅን (latus rectum) L ቢሆን እና ከመታጠፊያው እስከ ትኩረት ነጥቡ ያለው ርቀት a ቢሆን (ስዕሉን ተመልከት) የፓራቦላው

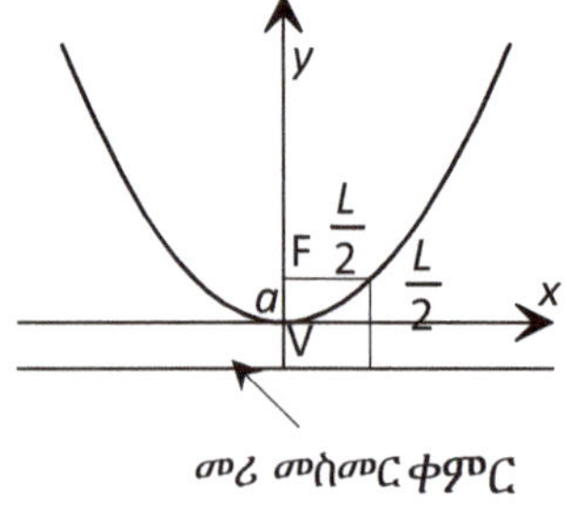
መሪ መስመር ቀምር

$$x^2 = Ly = 4ay$$

ይሆናል።

የክፍላት ቅምብብ ጠቅላይ ቅምር

በካርተሳዊ የቅንበር ሥርዓት ሁሉም ክፍለ ቅንብቦች በሚከተለው ጠቅላይ እኩልዮሽ ይገለጣሉ።

$$f(x, y) = Ax^2 + Bxy + Cy^2 + Dx$$
$$+ Ey + F = 0$$

የትኛውን የክፍለ ቅንብብ ዐይነት እንደሚገልጽ ለመለየት ፣ የሚከተለውን መለያ (discriminant) እናስተውላለን።

መለያ	ውጤት	ክፍለ ቅንብብ	ተጨማሪ	ልዩ ሁኔታ
B^2 $- 4AC$	< 0	ክበብ	$A = C$ ፣ $B = 0$	ክብ
	$= 0$	ፓራቦላ		
	> 0	ሃይፐርቦላ	$A + C = 0$	ካሬ ሃይፐርቦላ

ፖሊኖማዊ[16] ቅምር

ፖሊኖማዊ ፣ መለውጦችን ፣ መመደቢያ ዕሴቶችን እና ሃይሎችን የያዘ ሒሳባዊ ሐረግ ነው። ባጠቃላይ ፖሊኖማዊ ቅምር እንደሚከተለው ይጻፋል

---

[16] ፖሊ የግሪክ ቃል ሲሆን ብዙ እንደማለት ነው ኖሙን ም እንዲሁ የግሪክ ቃል ነው ትርጉሙም ሥም (ሥያሜ) ነው። የብዙ አባላት ድምር እንደማለት ነው። አባለ ብዙ ሊባል ይችላል።

$$y = a_n x^n + a_{n-1} x^{n-1} + \cdots + a_3 x^3$$
$$+ a_2 x^2 + a_1 x + a_0$$
$$= \sum_{i=0}^{n} a_i x^i = 0$$

a_i መመደቢያ ዕሴቶች ፤ i ሃይል ፤ x መለውጥ (የግብአት ውጤል) ናቸው። n የፖሊኖማዊውን መዓርግ (ርከን) ያሳያል።

- $n = 1$ ግእዛዊ ፤ የመጀመሪያ ርከን (linear)
- $n = 2$ ካእባዊ ፤ ሁለተኛ ርከን (quadratic)
- $n = 3$ ሣልሳዊ ፤ ሦስተኛ ርከን (cubic)
- $n = 4$ ራብአዊ ፤ አራተኛ ርከን (quartic)
- $n = 5$ ኃምሳዊ ፤ አምስተኛ ርከን (quintic)
- $n = 6$ ሳድሳዊ ፤ ስድስተኛ ርከን
- $n = 7$ ሳብአዊ ፤ ሰባተኛ ርከን
- $n = 8$ ሳምናዊ ፤ ስምንተኛ ርከን
- $n = 9$ ተሰዓዊ ፤ ዘጠነኛ ርከን
- $n = 10$ ዐሥራዊ ፤ ዐሥረኛ ርከን... እያልን እንደ መዓርጋቸው ልንሰይማቸው እንችላለን።

የፖሊኖማዊ እኩልዮሾችን መፍትሄ ፍለጋ ታሪከ

የፖሊኖማዊ እኩልዮሾችን መፍትሄ ማግኘት በሒሳብ ፤ በሥነ-ቁስ እና ቁሳዊ ነፋሳት ጥናት እንዲሁም በምሕንድስና ውስጥ ከሚፍጥቱ ግብአቶች ውስጥ ነው። የመጀመሪያ ርከን እኩልዮሾችን መፍትሄ ማግኘት ቀላሉ ነው። ካዕባዊ

እኩልዮሾችም ቀደም ብለው መፍትሄያቸው ከተገኙት
ውስጥ ነው፡፡ የኻሪዝሙ ሙሐመድ የካዕባዊ እኩልዮሾችን
መፍትሄ አፈላለግ በቀላል ሥነ-ሥፍራዊ ስልት በአልጀብር
መጽሐፉ አቅርቦ ነበር (Rosen, 1831)፡፡ የሙሐመድ
መፍትሄ በዘመናዊ የሒሳብ ጥናት ካሬውን ማሟላት
ይባላል፡፡ ውስን የሣልሳዊ እኩሎሾችም መፍትሄ ቀደም
ብሎ በባቢሎኖውያን (ባበሎች) ፤ በግሪኮች ፤ በቻይናውያን
፤ በግብጻውያን ፤ በሕንዶች እና በፋርስ የሒሳብ ምሁራን
ተገኝተዋል፡፡ ለምሳሌ የፋርሱ ዓማር ኻያም የተወሰኑ
የሣልሳዊ እኩልዮሾችን መፍትሄ ክብን በፓራቦላ ርስበርስ
በማቆራረጥ አግኝቶ ነበር[17] (Bisom, 2021)፡፡ ለሣልሳዊ
እኩልዮሾች ጠቅላይ መፍትሄ በማግኘት የሚመሰገኑት
ሲፒዮን ደል ፌሮ እና ኒኮሎ ታርታግሊያ የተባሉ ሁለት
ጣሊያናውያንናቸው፡፡ ብዙም ሳይርቅ የራብዐዊ እኩልዮሾች
መፍትሄም ሉዶቪቾ ፌራሪ በተባለ ሌላ ጣሊያናዊ
ተገኝቷል፡፡ የሣልሳዊ እና የራብዐዊ እኩልዮሾችን መፍትሄ

---

[17] $x^3 + ax = c$ ፤ $a > 0$ ፤ $c > 0$ ቀኖናዊ ቅርጹ ይሁን በብይን
$y = p^{-\frac{1}{2}}x^2$ ፤ ይኸም ፓራቦላ ነው፡፡ ቀኖናዊ ቅርጹን በx በማባዛት

$$x^4 + ax^2 = cx$$
$$ay^2 + ax^2 = cx$$
$$\left(x - \frac{c}{2a}\right)^2 + y^2 = \left(\frac{c}{2a}\right)^2$$

ይኸ እኩልዮሽ ማዕከሉ $(c/2a, 0)$ ላይ የሆነና ፤ ማዳፉ $c/2a$ የሆነ
የክብ እኩልዮሽ ነው፡፡ ስለዚህ የኩባዊ እኩልዮሹ ደማር መፍትሔ ፤
በእኩልዮሽ የተገለጸው ክብ እና በ $y = p^{-\frac{1}{2}}x^2$የተገለጸው ፓራቦላ
መገናኛ ላይ የሚገኘው የ x $-$ቅንብር ዕሴት ነው፡፡

ጌሮላም ካርዳኖ የተባለ ጣሊያናዊ አርስ ማግና በተባለ መጽሐፉ ውስጥ አሳትሟቸዋል (Cardno, 1968)።

ከፍተኛ ማዕረግ ላላቸው ፖሊኖማዊ እኩልዮሾች መፍትሄ የማግኘቱ ፍለጋ ፍሬ አላስገኘም። በተለይም ኃምሳዊ እኩልዮሾች በፖላኔቶች እንቅስቃሴ ጥናት ውስጥ ጠቀሜታ ስለነበራቸው ጠቅላይ መፍትሄያቸውን ለማግኘት ጉጉት ነበር። ነገር ግን ከራብ0ዊ እኩልዮሾች በላይ መዓርግ ላላቸው ፖሊኖማዊ እኩልዮሾች ጠቅላይ ሥርዋዊ መፍትሄ ማግኘት እንደማይቻል ኔያልስ ሄነሪክ አቤል የተባለ ኖርወያዊ የሒሳብ ሊቅ ማረጋገጥ ቻሎ ነበር (Cooke, 2005)። ስለዚህም ከራብ0ዊ እኩልዮሾች በላይ መዓርግ (ርከን) ላላቸው ፖሊኖማዊዎች የመፍትሄ ማግኛ ዘዴው በምልስቅልስ (iterative) የስሌት ዘዴ ነው።

የካዕባዊ እኩልዮሾች ሥርዋዊ መፍትሄ

ካዕባዊ እኩልዮሽ

$$x^2 + a_1 x + a_0 = 0$$

ይኑረን። እስኪ በማስቀደም የኧሪዝሙ ሙሐመድ ካሬውን የማሟላት መንገድ እንመልከት። የካሬውን ማሟላት መንገድ ካዕባዊ እኩልዮሹን

$$(x - h)^2 + k$$

ለመቀየር h እና kን ማግኘት ነው። ለምሳሌ $x^2 - 2x + 1$ ቢሆን ፤ $h = 1$ ፤ $k = 0$ መሆናቸውን በቀላሉ እናገኛለን። ስለዚህም

$$(x - 1)^2 - 0 = 0$$

ይሆናል ማለት ነው፡፡ የእኩልዮሹን መፍትሄ $x = 1$ ነው፡፡ ምሳሌውን ማጠቃለል እንችላለን፡፡

$$x^2 + a_1 x + a_0 = \left(x + \frac{1}{2}a_1\right)^2 + a_0 - \frac{a_1^2}{4}$$

መሆኑን በቀኝ ያለውን በመHCHC በግራ ካለው ጋር በማነጻጸር ማረጋገጥ እንችላለን፡፡ ማለትም $h = -\frac{1}{2}a_1$ ፤ $k = a_0 - \frac{a_1^2}{4}$ ናቸው ማለት ነው፡፡ ካዕባዊ እኩልዮሽ ፓራቦላዊ ቅርጽ ያለው ሲሆን ፤ $(h ፤ k)$ በፓራቦላው መታጠፊያ ላይ የሆነ የቅንብር ዕሴት ነው፡፡

ስለዚህም የካዕባዊ እኩልዮሽ መፍትሄ

$$x = \frac{1}{2}a_1 \pm \sqrt{a_0 - \frac{a_1^2}{4}}$$

መሆኑን አረጋገጥን፡፡

የሣልሳዊ እኩልዮሾች ሥርዋዊ መፍትሄ

የሚከተለውን ሣልሳዊ እኩልዮሽ አስብ (Molenkamp, 2007)

$$x^3 + a_2 x^2 + a_1 x + a_0 = 0 \qquad (1)$$

የሚከተሉትን ሥርዎች አግኝ

$$r_1 = \frac{1}{3}a_1 - \frac{1}{9}a_2^2 \; ፤ \qquad (2)$$

$$r_2 = \frac{1}{6}(a_1 a_2 - 3a_0) - \frac{1}{27}a_2^3$$

የሣልሳዊ እኩልዮሹ መፍትሄ ዐይነት በ f $r_1^3 + r_2^2$ ዕሴት ይወሰናል::

- $r_1^3 + r_2^2 > 0$: አንድ ገሀድ እና ሁለት ድርብ ቁጥር መፍትሄዎች ይኖሩታል::

- $r_1^3 + r_2^2 = 0$: ሁሉም መፍትሄዎች ገሀድ ናቸው ፤ ቢያንስ ሁለቱ እኩል ናቸው::

- $r_1^3 + r_2^2 < 0$: ሁሉም መፍትሄዎች ገሀድ ናቸው::

ቀጥለን የሚከተሉትን ሁለት ሥፉር መጠኖች እናገኛለን:

$$s_1 = \left[r_2 + (r_1^3 + r_2^2)^{\frac{1}{2}} \right]^{\frac{1}{3}}, \qquad (3)$$

$$s_2 = \left[r_2 + (r_1^3 + r_2^2)^{1/2} \right]^{1/3}$$

የሣልሳዊ እኩልዮሹ መፍትሄዎች እንደሚከተለው ይገኛሉ:

$$x_1 = \frac{1}{2}(s_1 + s_2) - \frac{1}{3}a_2$$

$$x_2 = -\frac{1}{2}(s_1 + s_2) - \frac{1}{3}a_2 \qquad (4)$$

$$+ i\frac{\sqrt{3}}{2}(s_1 - s_2)$$

$$x_2 = -\frac{1}{2}(s_1 + s_2) - \frac{1}{3}a_2$$

$$- i\frac{\sqrt{3}}{2}(s_1 - s_2)$$

$i = \sqrt{-1}$ የድርብ ቁጥር ሐሳባዊ ምንዝር ነው::

የራብዐዊ እኩልዮሾች ሥርዋዊ መፍትሄ

የሚከተለውን ራብዐዊ እኩልዮሽ አስብ ፤

$$x^4 + a_3x^3 + a_2x^2 + a_1x + a_0 \quad (5$$

$$= 0 \quad)$$

a_3, a_2, a_1, a_0 የእኩልዮሹ መመደቢያ ዕሴቶች ናቸው::

የሚከተለው የራብዐዊ እኩልዮሹ ፈታሐ ሣልሳዊ ይባላል

$$y^3 - a_2y^2 - 4a_0y^3$$

$$+ (4a_2 - a_3^2)a_0 \quad (6)$$

$$= 0$$

የሚከተሉት ሦስት መፍትሄዎች የፈታሐ ሣልሳዊው
መፍትሄዎች ናቸው

$$y^{(1)} = \frac{1}{2}(s_1 + s_2) + \frac{1}{3}a_2$$

$$y^{(2)} = -\frac{1}{2}(s_1 + s_2) + \frac{1}{3}a_2 \quad (7)$$

$$+ i\frac{\sqrt{3}}{2}(s_1 - s_2)$$

$$y^{(3)} = -\frac{1}{2}(s_1 + s_2) + \frac{1}{3}a_2$$

$$- i\frac{\sqrt{3}}{2}(s_1 - s_2)$$

በነዚህም ውስጥ

$$s_1 = \left[r_2 + \sqrt{(r_1^3 + r_1^2)}\right]^{\frac{1}{3}} \text{ ፤}$$

$$s_2 = \left[r_2 - \sqrt{(r_1^3 + r_1^2)}\right]^{\frac{1}{3}}$$

$$(8)$$

$$r_1 = -\frac{4}{3}a_0 - \frac{1}{9}a_2^2 \text{ ፤ } r_2$$

$$= \frac{1}{6}(3a_3^2 a_0$$

$$- 8a_2 a_0)$$

$$+ \frac{1}{27}a_2^3$$

$$(9)$$

ራብዐዊ እኩልዮሹ የሚከተሉት መፍትሄዎች ይኖሩታል[18]:

$$x^{(1)} = -\frac{1}{4}a_3 + \frac{1}{2}R + \frac{1}{2}D$$

$$x^{(2)} = -\frac{1}{4}a_3 + \frac{1}{2}R - \frac{1}{2}D$$

$$(10)$$

$$x^{(3)} = -\frac{1}{4}a_3 - \frac{1}{2}R + \frac{1}{2}E$$

---

[18] https://mathworld.wolfram.com/QuarticEquation.html

$$x^{(4)} = -\frac{1}{4}a_3 - \frac{1}{2}R - \frac{1}{2}E$$

በነዚህም ውስጥ ፦

$$R = \sqrt{\frac{1}{4}a_3^2 - a_2 + y^{(ገሃድ)}}, \tag{11}$$

$$D = \begin{cases} \sqrt{\frac{3}{4}a_3^2 - R^2 - 2a_2 + \frac{1}{4}(4a_3a_2 - 8a_1 - a_3^3)R^{-1}}, & j \\ \sqrt{\frac{3}{4}a_3^2 - 2a_2 + 2((y^{(real)})^2 - 4a_0)}, & for\ R \end{cases} \tag{12}$$

$$E = \begin{cases} \sqrt{\frac{3}{4}a_3^2 - R^2 - 2a_2 - \frac{1}{4}(4a_3a_2 - 8a_1 - a_3^3)R^{-1}}, & j \\ \sqrt{\frac{3}{4}a_3^2 - 2a_2 - 2((y^{(real)})^2 - 4a_0)}, & for\ R \end{cases} \tag{13}$$

$y^{(ገሃድ)}$ የፈታሒ ሣልሳዊ እኩልዮሹ ገሃድ መፍትሄ ነው፡፡

ባለ ሁለት መለውጥ ቅምር

በገሀዱ ዓለም ከአንድ በላይ በሆኑ መለውጦች የሚዋቀር ቅምር ብዙ አለ። ለምሳሌ የዐየር ንብረት ልኬቶች ፣ መጠነ ሙቀት ፣ ግፊት ፣ የነፋስ ፍጥነት ወዘተ ፣ በምድር ኬክሮስ እና ኬንትሮስ ፣ በከፍታ እና በጊዜ ይወጣሉ ይወርዳሉ። ስለዚህም የነዚህ ሁሉ ቅምሮች ሊሆኑ ይችላሉ። ባለ ሁለት

መለውጥ ቅምር በሁለት መለውጦች ብቻ የሚገለጽ ቅምር ነው። ለምሳሌ

- $f(x, y) = x^2 + y^2$ ፤
- $f(x, y) = \frac{1}{x+y}$ ፤
- $f(x, y) = \sqrt{x^2 + y^2}$

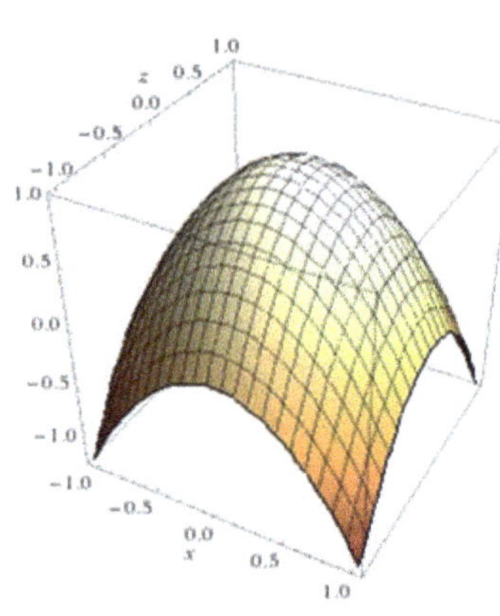

በማስከተል ባለ ሁለት ነጻ መለውጥ ቅምሮችን ገጻዊ ትልም እንመልከት።

ምሳሌ ፩: $f(x, z) = y = 1 - x^2 - z^2$ በ$y - z$ ጠለል $(x = 0)$ ፤ $f(x, z) = y = 1 - z^2$ ነው ፤ ይህ ፓራቦላን ይመስላል። በ$y - x$ ጠለል $(z = 0)$ $f(x, z) = y = 1 - x^2$። ወደታች የሚከፈት ፓራቦላን ይመስላል። የ$x - z$ ጠለልን እንዴት ያገኘዋል ያልን እንደሆነ ማለትም $y = 0$ ፤ $x^2 + z^2 - 1 = 0$ ነው። በማቀናበርም $x^2 + z^2 = 1$ እናገኛለን። ይህ ቅምር የአሃድ ክብ ቅምር ነው። አሃድ ክብ አሃድ ማዳር ያለው ክብ ነው። የቅምሩን ትልም በመቀምር[19] በቀላሉ መትለም ይቻላል።

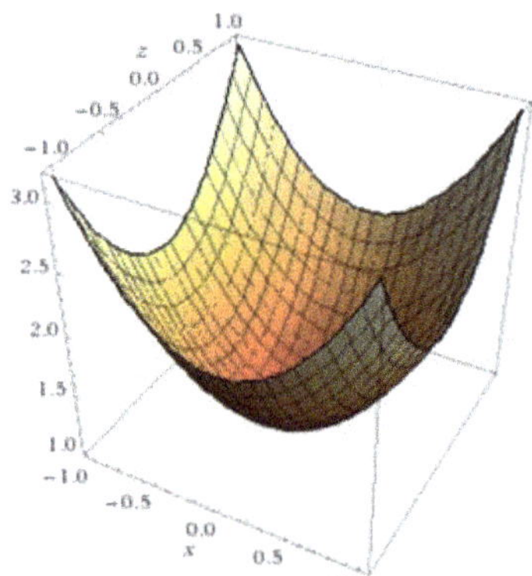

ምሳሌ ፪ $f(x, z) = y = 1 + x^2 + z^2$

---

[19] Computer

ይኸ ደግሞ በምሳሌ $\underline{5}$ ከተነተነው የተደፋ ከረብ መሰል ሥዕል በተቃራኒው ወደ ላይ የተከፈተ ከረብ ይመስላል። ሥዕሉን ተመልከት።

$$\text{ምሳሌ } \underline{\Gamma} \; f(x,z) = y = 1 + x^2 - z^2$$

የዚህ ቅምር ትልም የኮርቻ[20] ቅርጽ አለው። ሲተለም በግራ በኩል ባለው ሥዕል የተመለከተውን ዐይነት መልክ አለው።

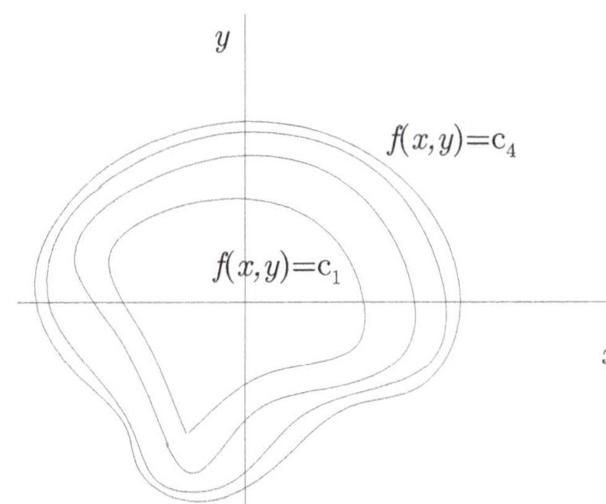

ርከን ትልም

አውታረ-$\underline{\Gamma}$ ምስሎችን በአውታረ-$\underline{\underline{6}}$ (ጠለል) ወረቀት ላይ መትለም አስቸጋሪና ለመረዳትም ውስብስብ ሊሆን ይችላል። ርከን ትልም (contour plot) ለዚህ ሥራ ምቹ የሆነ አቀራረብ ነው። ርከን ትልም የሚተገበረው ፣ ለአንድ የz ዕሴት የ(x,y)ን ትልም በአውታረ-$\underline{\underline{6}}$ ጠለል ላይ በማስፈር ነው። አንድን አውታረ-$\underline{\Gamma}$ ሥዕል በአግዳሚ ጠለል በመቁረጥ ፣ በቆረጣው የሚፈጠረውን ገጽ ትልም መተግበር ማለት ነው። የተቆረጠው ገጽ ዳርቻ ጠለል ከርብ (level curve) ሲባል ገጹ ደግሞ ጠለል ገጽ (level

____

[20] በግእዝ ሕንባል ይባላል። ይኸን ስያሜ እንጠቀም።

surface) ይባላል። እኒህ ለአንድ የz ዕሴት የሚተገብሩ $P(x,y)$ ትልሞች ርከኖች ይባላሉ። በተለይም በካርታ ሥራ ይህ አቀራረብ የተለመደ ነው። በርከን ትልም ላይ x እና y ሲለዋወጡ ፣ z እንዴት እንደሚለወጥ መረዳት ይቻላል። ርከን ትልም በካርታ ላይ ፣ የካርታው መጠን አንስተኛ ቦታን የሚያሳይ ከሆነ በርከን መስመሮች ሊተለም ይቻላል። የምናወራው ስፊ ስለሆነ ቦታ ከሆነ ደግሞ በቀለም ሊመለከት ይቻላል። በቀለም የሚመለከት ሲሆን ፣ የተለያዬ ቀለማት የተለያየ ከፍታን እንዲወክሉ ይደረጋል። ቀደም ብለን ከተመለከትናቸው ምስሎች ሁለቱን እንደሚከተለው በርከን ትልም እናሳያቸዋለን።

ምሳሌ ፩፤ $f(x,z) = y = 1 - x^2 - z^2$

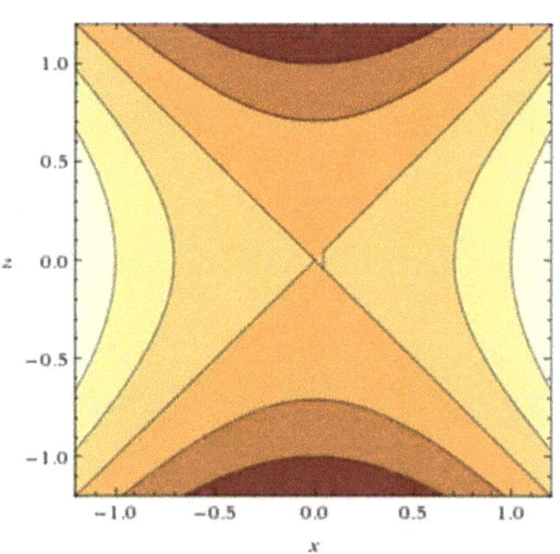

ምሳሌ ፪፤ $f(x,z) = y = 1 + x^2 - z^2$

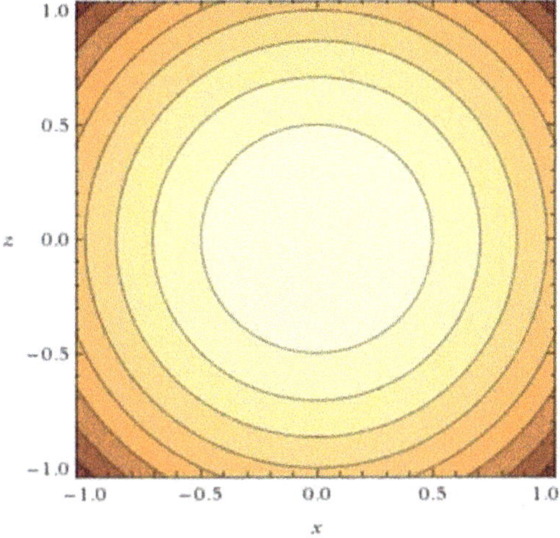

ምዕራፍ ፪: የቀስቶ ሥፍሮች ሥነ-ስሌት

ግሪኮች የሐዊስ[21] ቁስ እና እና የቁሳዊ ነፋሳት ጥናትን ፈዚካ ብለውታል:: ይኸው የጥናት መስክ ከዘመናዊ የሳይንስ መስኮች አንዱ ነው:: በውስጡም የሚታየውንም የማይታየውንም የቁስ ሁነት የሚመረመርበት እና የሚጠናበት መስክ ነው:: ሁለት ዋና ዋና የቁስ ፣ ሐዊስ ቁስ እና እና ቁሳዊ ነፋሳት የሥፍር ምድቦች አሉ:: እነሱም ሥፋር እና ቀስቶ ናቸው:: ሁለቱን ቃላት በዚህ መጽሐፍ አጠቃቀም እንደሚከተለው ይበየናሉ::

ሥፋር ሥፍር (እንግ: Scalar) መጠን ብቻ ያለው ልኬት ነው:: በተወሰኑ የቅንብር ሥርዓቶች ላይ ጥገኛ አይደለም:: ለምሳሌ መጠነ-ቁስ ፣ መጠነ-ሙቀት ፣ ኃይል ፣ ወዘተ የመሳሰሉትን የያዘ ምድብ ነው:: አንድ ዐይነት አሃድ ያላቸው ሥፋር ሥፍሮች ሊደመሩ (ሊቀነሱ) ይችላሉ:: ድምራቸው (ቅንሳቸው)ም ሥፋር ነው:: ሁለት አንድ ዐይነት ወይም የተለያየ አሃድ ያላቸው ሥፋር ሥፍሮች ቢባዘወይም ርስበርሳቸው ቢካፈሉ ውጤቱም ሥፋር ነው::ቀስቶ[22] ሥፍር (እንግ: vector) በዚህ መጽሐፍ አገባብ ፣

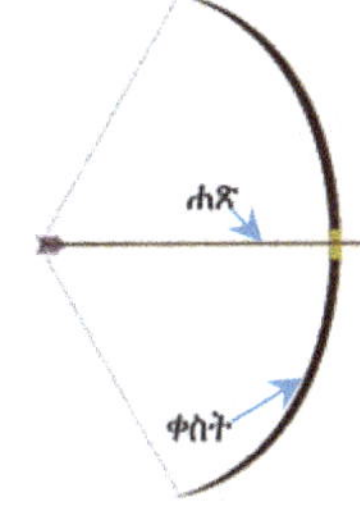

---

[21] ሐዊስ - መፍጠን ፣ መቀልጠፍ ፣ መቻኮል ፣ መታወክ ፣ መነቅነቅ ፣ መናጥ ፣ ማናወጥ ፣ ማንቀሳቀስ (ራስን) ከዊስ- መበጥበጥ ፣ ማወክ ፣ መነቅነቅ ፣ ማናወጥ ኪ.ከ.

[22] ቀስቶ የሚለውን ቃል የመረጥነው ቀስት የሚለውን ቃል ስናስብ በጭንቅላታችን የሚፈጥረውን ሥዕል በማሰብ ነው:: ቀስት ስንል ፣ በተለይ አሁን ባማርኛ አረዳድ የምትወረወረውን የስላች ልምጭъ ነው:: የግእዝ መዝገበ ቃላትን ስናገላብጥ ግን ቀስት ደጋኑ (መንደፊያው) ነው:: ተወርዋሪዋ በግእዝ ሐጽ ናት የምትባለው::

<u>አቅጣጫ</u> እና <u>መጠን</u> ያላቸውን ነገረ ቁስ እና ቁሳዊ ትግበራ የያዘ ምድብ ነው። ለምሳሌ ፍጥነት+አቅጣጫ = ቶሎታ ፤ ርቀት+አቅጣጫ = ፍልሰት እና የመሳሰሉት ከቀስቶ ሥፍር ወገን ናቸው። የቀስቶ ሥፍር መለውጦች ባብዛኛው ጊዜ አናታቸው ላይ የቀስት ምልክት (→) ምልክት ይደረጋል (ለምሳሌ $\vec{A}$) ወይም በጉልህ (ደማቅ) ፊደል ይጻፋሉ (ለምሳሌ $\mathbf{A}$) ፤ አልፎ አልፎም ከስራቸው መሥመር ይደረጋል (ለምሳሌ $\underline{A}$)።

በመቀጠል የቀስቶ ሥፍሮችን ሥነ-ስሌት ሠፋ አድርገን እንመለከታለን።። በቀስቶ ሥፍሮችን ላይ ሒሳባዊ ስሌት እና ትንተና ለማገድረግ የቅንብር ሥርዓት መጠቀም ይኖርብናል። ስለዚህም አንድን ቀስቶ ሥፍር ስናስብ ፤ ባዋቀርነው የቅንበር ሥርዓት ፤ እንበልና የአውታረ-$\bar{\underline{r}}$ የx ፤ y እና z የቅንብር ሥርዓት ላይ ከመነሻው ጀምሮ ምን ያህል ወደ x ምን ያህል ወደ y ምን ያህልስ ወደ z እንደ ሄደ እንጠይቃልን። ቀስቶ ሥፍሮች የአውታራትን ቁጥር ያህል አባላት ሊኖራቸው ይችላል። ለምሳሌ በአውታረ-$\bar{\underline{r}}$ ሦስት አባላት (በእያንዳንዱ አቅጣጫ አንድ አባል) ሊኖራቸው ይችላል። ከሦስት በላይ አባላት ያላቸው ቀስቶ ሥፍሮችን መመስረት ይቻላል። ሒሳባዊ ገደብ የለውም (ገሃዳዊ ገደብ እንጂ።) በእያንዳንዱ አቅጣጫ ምንዝሮች (components) ይኖሩታል።

የሚከተለውን የሐሳብ ሙከራ እናድርግ። በአውታረ-ፀ ቦታ
፣ አንድ ከO እስከ A የሚደርስ ወጥ ዘንግ እናስብ። በዚሁ
ዘንግ ላይ ለy-አውታር ትይዩ በሆነ አቅጣጫ በዘንጉ ላይ
መብራት እናብራ ፣ የዘንጉ ጥላም በx —አውታር ላይ
ይረፍ። በ x —አውታር ላይ ባለ አሃድ የጥላው ራስ x_A
ላይ ይረፍ። እንደዚሁም ለx —አውታር ትይዩ በሆነ
አቅጣጫ በዘንጉ ላይ መብራት እናብራ ፣

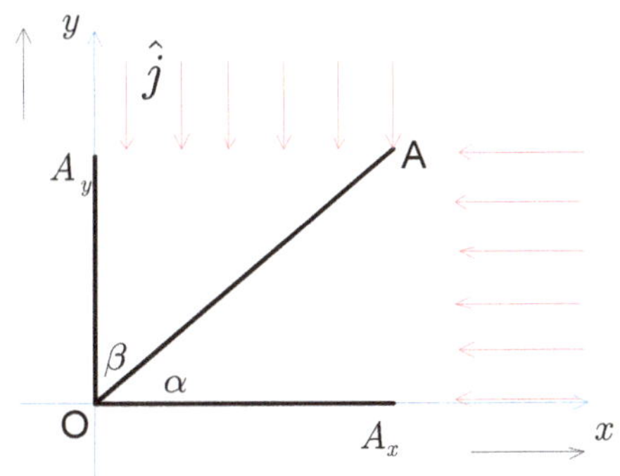

ስዕላዊ መግለጫ:

የዘንጉም ጥላ በy-አውታር ላይ ይረፍ። በy-አውታር ላይ
ባለ አሃድ የጥላው ራስ y_A ላይ ይረፍ። ቀስቶ OA በx-እና
በy-አውታሮች ላይ በጣለው የጥላ ልኬት እንደሚከተለው
ይገለጻል።

$$\vec{A} = A_x\hat{\imath} + A_y\hat{\jmath}$$

$\hat{\imath}$ እና $\hat{\jmath}$ እንደቅደም ተከተላቸው የx እና የy አውታሮች
አቅጣጫ አመልካች ናቸው ፣ አሃድ ቀስቶች (unit

verctors) ይባላሉ። አሃድ ቀስቶች መጠናቸው አንድ ነው። አቅጣጫ ጠቋሚ ወይም ባጭሩ ጠቋሚ ብንላቸው ጥሩ እንገልጻቸዋለን።

A_x እና A_y የቀስቶ ሥፍሩ ጥላዎች ናቸው። ስለዚህም እንደሚገባቸው የቀስቶ ሥፍሩ ምንዝሮች (components) እንላቸዋለን። ይህን እሳቤ ወደፈቀድነው አውታራት መጠን ማጠቃለል እንችላለን። ለምሳሌ ፣ ገሀዱ አለም አውታረ-፫ በመሆኑ ፣ በአውታረ-፫ ሐሳቡን እንደሚከተለው እናቅርበው።

አሁን ዘንጉን በአውታረ-፫ የቅንብር ሥርዓት እናድርገው። ዘንጉ በዘፈቀደ አቅጣጫ ሊሆን ይችላል። መነሻ ነጥቡንም በፈቀድነው ማድረግ እንችላለን። የዘንጉን አቀማመጥ ሙሉ ለሙሉ ለመግለጽ ከ$x-$ ከ$y-$ እና

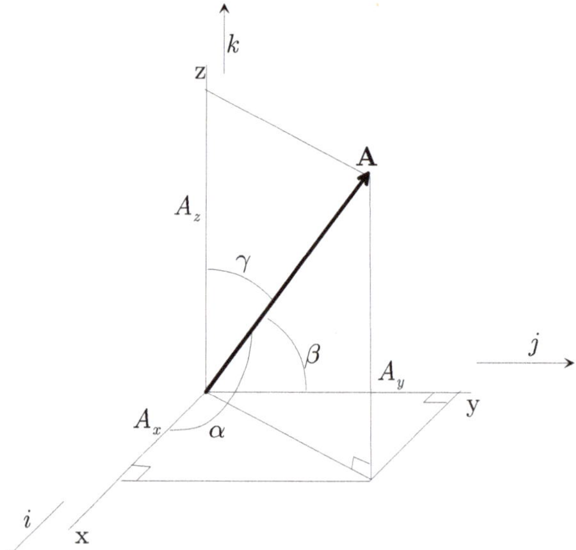

ከ$z-$አውታሮች አንጻር ዘዌውን ፣ የመነሻ ነጥቡን እና ርዝመቱን ማወቅ በቂ ነው። በአማራጭም የዘንጉ የመንነሻ እና የመድረሻ የ$x-$ የ$y-$ እና የ$z-$የቅንብር ዕሴቶች

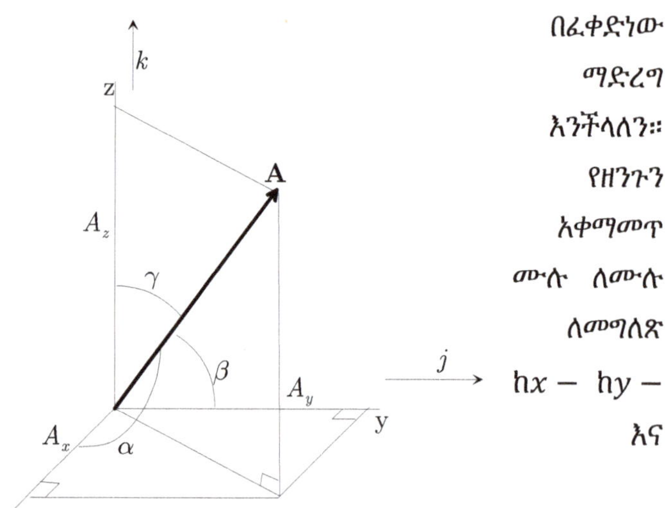

ከታወቁ ፤ የዘንጉን ሥነ-ሥፍራዊ ቅስም ሙሉ በሙሉ መግለጽ እንችላለን። አቀራረቡን ቀለል ለማድረግ የዘንጉን መነሻ በቅንብር ሥርዓቱ አውታር መቋረጫ (አልቦ ነጥብ ላይ) ማስቀመጥ እንችላለን። ይህን ካደረግን ፤ በአውታረ-ፎ የቅንብር ሥርዓት እንደተመለከትነው፤ በዘንጉ ላይ በተለያየ አቅጣጫ መብራት በማብራት ጥላውን በእያንዳኑ አውታር ላይ እንዲያሳርፍ እናድርግ። በመጀመሪያ ፤ ለz — አውታር ትይዩ በሆነ እና በ x እና y አውታሮች ለተያዘው xy-ወለል ምስቅ በሆነ አቅጣጫ መብራት በዘንጉ ላይ እናብራ ፤ የዘንጉ ጥላ በxy-ወለል ላይ ይረፍ። አስከትለንም ፤ በxy-ወለል ላይ ያለውን ጥላ x እና y ምንዘር ፤ በአውታረ-ፎ ሥርዓት እንደተመለከትነው ማስላት እንችላለን። በዚሁ በxy-ወለል ላይ ባረፈው የጥላ አቅጣጫ ፤ ለxy — ወለል ትይዩ የሆነ ጨረር በዘንጉ ላይ በማብራት በz-አውታር ላይ የሚያሳርፈውን ጥላ ወይም ምንዘር ማግኘት እንችላለን። ስለዚህም ቀስቶ ሥፍር $\vec{A}$ን በአውታረ-ፎ የቅንብር ሥርዓት ፤ በእያንዳንዱ አውታር ላይ ባሉት ምንዝሮች እንደሚከተለው መጻፍ እንችላለን።

$$\vec{A} = A_x\hat{\imath} + A_y\hat{\jmath} + A_z\hat{k}$$

$\hat{\imath}$ ፤ $\hat{\jmath}$ እና $\hat{k}$ አሃድ ቀስቶች ናቸው ፤ መጠናቸው አንድ ሲሆን አቅጣጫቸው በሚወክሉት አውታር እንደቅደም ተከተላቸው በx ፤ y እና z አውታሮች አቅጣጫ ነው። አልፎ አልፎ ፤ ለሒሳባዊ ትግበራ አመች በሆነ መልኩ የሚከተለውን አጻጻፍ ልንጠቀም እንችላለን።

$$\vec{A} = < A_x, A_y, A_z >$$

<u>አሃድ ቀስቶች</u>

ቀስቶ ሥፍር $\vec{A}$ን በሚከተለው መንገድ ማስቀመጥ እንችላለን።

$$\vec{A} = A\vec{u}_A$$

A የቀስቶ ሥፍሩ መጠን ነው ፤ አልፎ አልፎም በዕጥፍ ቋሚ እዝባሮች መካከል ሊጻፍ ይችላል። ($\| A \|$) ፤ $\vec{u}_A$ ደግሞ በቀስቶ ሥፍሩ አቅጣጫ የሆነ አሃድ ቀስት (ጠቋሚ፤ እንግ: unit vectors) ነው። A መጠኑን በፓይታጎረስ አዋጅ መሰረት እንደሚከተለው ማግኘት እንችላለን።

$$A = \sqrt{A_x^2 + A_y^2}$$

ስለዚህ አሃድ ቀስቱ

$$\vec{u}_A = \vec{A}/A = (A_x\hat{i} + A_y\hat{j})/\sqrt{A_x^2 + A_y^2}$$

ይሆናል። በተጨማሪም እንደሚከተለው ማስብ እንችላለን። እንበልና በx −አውታር እና በቀስቶ ሥፍር $\vec{A}$

መካከል ያለው ዘዌ θ ያህል ይሁን። እንዲሁም ዘዌ β የዘዌ θ ማሟያ[23] (complementary) ይሁን። ስለዚህም

$$\vec{u}_A = n_1\hat{\imath} + n_2\hat{\jmath} = \cos\theta\hat{\imath} + \cos\beta\hat{\jmath}$$

ይሆናል። $n_1 = \cos\theta$ እና $n_2 = \cos\beta$ የአቅጣጫ ኮን-ዘዌ (direction cosines) ይባላሉ።

$$\cos\theta = \frac{A_x\hat{\imath}}{\sqrt{A_x^2 + A_y^2}}፤$$

$$\cos\beta = \frac{A_y\hat{\jmath}}{\sqrt{A_x^2 + A_y^2}}$$

እንደዚሁም በአውታረ-፫ የቅንብር ሥርዓት

$$\vec{A} = A_x\hat{\imath} + A_y\hat{\jmath} + A_z\hat{k}$$

መጠኑ

$$A = \sqrt{A_x^2 + A_y^2 + A_z^2}$$

ሲሆን ፤ በራሱ አቅጣጫ ያለ አሃድ ቀስት (ጠቋሚ)

---

[23] ሁለት ዘዌዎች ማሟያ የሚባሉት ድምራቸው ዘጠና ማዕርጋት ከሆነ ነው።

$$\vec{u}_A = \frac{\vec{A}}{A} = \frac{A_x}{\sqrt{A_x^2 + A_y^2 + A_z^2}}\hat{\imath}$$

$$+ \frac{A_y}{\sqrt{A_x^2 + A_y^2 + A_z^2}}\hat{\jmath}$$

$$+ \frac{A_z}{\sqrt{A_x^2 + A_y^2 + A_z^2}}\hat{k}$$

$$= \cos\alpha\,\hat{\imath} + \cos\beta\,\hat{\jmath} + \cos\gamma\,\hat{k}$$

ይሆናል፦ ማለትም

$$\cos\alpha = \frac{A_x}{\sqrt{A_x^2 + A_y^2 + A_z^2}}$$

$$\cos\beta = \frac{A_y}{\sqrt{A_x^2 + A_y^2 + A_z^2}}$$

$$\cos\gamma = \frac{A_z}{\sqrt{A_x^2 + A_y^2 + A_z^2}}$$

የቀስት ሥፍሮች ድመራ[24]

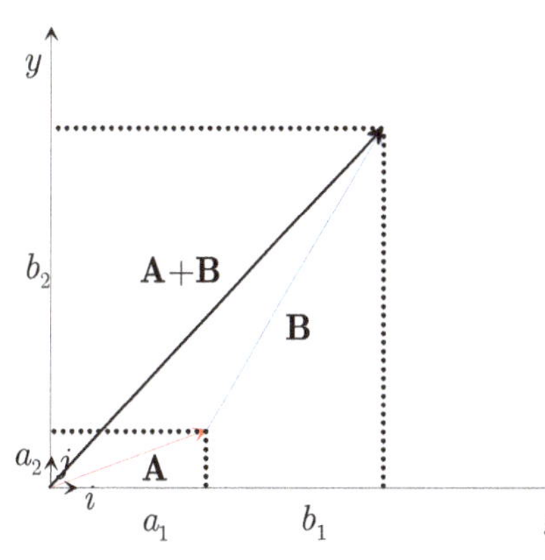

አንድ 0ይነት አሃድ ያላቸው ሁለት ቀስት ሥፍሮች ሲደመሩ (ሲቀናነሱ) ድምሩ (ቅንሱ) ቀስት ሥፍር ነው። ሁለት ወይም ከዚያ በላይ የሆኑ ቀስት ሥፍሮችን ለመደመር ፣ ቀስት ሥፍሮቹን ጅራት-ራስ እናገናኛለን። የመጀመሪያውን ተደማሪ ቀስት ሥፍር ጅራት ከመጨረሻው ተደማሪ ቀስት ሥፍር ራስ ጋር የሚያገናኘው የቀስት ሥፍሮቹ <u>ውጤታማ ድምር</u> (resultant) ነው።

በአንድ 0ይነት አቅጣጫ ያሉ የተደማሪ ቀስት ሥፍሮች ምንዝሮችን በቀጥታ መደመር እንችላለን። ለምሳሌ የሚከተሉትን ሁለት ቀስት ሥፍሮች እንውሰድ።

$$\vec{A} = a_1\hat{\imath} + a_2\hat{\jmath} ፣ \vec{B} = b_1\hat{\imath} + b_2\hat{\jmath}$$

a_1 እና a_2 እንደቅደም ተከተላቸው በ$\hat{\imath}$ እና $\hat{\jmath}$ አቅጣጫዎች ያሉ የቀስቶ ሥፍር $\vec{A}$ ምንዝሮች ይሁኑ ($\hat{\imath}$ እና $\hat{\jmath}$ ጠቋሚ ቀስት ናቸው) ፣ እንደዚሁም b_1 እና b_2 እንደቅደም ተከተላቸው በ$\hat{\imath}$ እና $\hat{\jmath}$ አቅጣጫዎች ያሉ የቀስቶ ሥፍር $\vec{B}$ ምንዝሮች ይሁኑ።

$$\vec{A} + \vec{B} = (a_1 + b_1)\hat{\imath} + (a_2 + b_2)\hat{\jmath}$$

ይህን ውጤት ለፍቀድነው ያህል ባለ ሁለት ምንዝር ቀስቶ ሥፍሮች እንደሚከተለው ማጠቃለል እንችላለን፦

$$\vec{A} + \vec{B} + \vec{C} + \ldots$$
$$= (a_1 + b_1 + c_1 + \ldots)\hat{\imath}$$
$$+ (a_2 + b_2 + c_2 + \ldots)\hat{\jmath}$$

ይህን እሳቤ ወደ አውታረ-፫ ብሎም ወደፈቀድነው ከፍ ማድረግ እንችላለን። በአውታረ-፫ የቅንብር ሥርዓት በእያንዳንዱ አውታር አቅጣጫ ያለው በአሃድ ቀስቶች $\hat{\imath}$ ፣ $\hat{\jmath}$ እና $\hat{k}$ ይወከል። ለባለሦስት ምንዝር ቀስቶ ሥፍሮችም እንደሚከተለው ይሆናል።

$$\vec{A} + \vec{B} + \vec{C} + \ldots$$
$$= (a_1 + b_1 + c_1 + \ldots)\hat{\imath}$$
$$+ (a_2 + b_2 + c_2 + \ldots)\hat{\jmath}$$
$$+ (a_3 + b_3 + c_3 + \ldots)\hat{k}$$

ቀስቶ ሥፍሮች ላይ ከመደመር እና መቀነስ ውጭ ብዙ የተለያዩ ስሌቶች ሊደረጉ ይችላሉ[25]። አስከትለን የተወሰኑ በቀስቶ ሥፍሮች ላይ/መካከል የሚከናወኑ ሒሳባዊ ስሌቶችን እንመለከታለን።

---

[25] አንድን ቀስቶ ሥፍር በሥፋር ሥፍር ብናበዛ ውጤቱ ቀስቶ ሥፍር ነው።

የቀስቶ ሥፍሮች ነቁጣ ብዜት[26]

ይህ የሒሳብ ስሌት ፤ የአንድን ቀስቶ ሥፍር ጥላ በሌላኛው አቅጣጫ ከመፈለግ ጋር የተያያዘ ነው። ስለዚህም የጥለት ብዜትም (projection product) ይባላል። ሁለት ቀስቶ ሥፍሮች ርስበርሳቸው ምስቅ ከሆኑ ፤ አንዱ ሌላው ላይ የሚያሳርፈው ጥላ አይኖርም። በመሆኑም በሁለቱ መካከል የሚኖረው ነቁጣ ብዜት አልቦ ይሆናል። አንድ አሃዳዊ ቀስት ከራሱ ጋር በነቁጣ ሲባዛ ውጤቱ መጠነ አሃድ (unit magnitude) ነው

$$\hat{\imath} \cdot \hat{\imath} = \hat{\jmath} \cdot \hat{\jmath} = \hat{k} \cdot \hat{k} = 1$$

፤ ከሌሎች ምስቅ አሃዶች ጋር በነቁጣ ሲባዛ ውጤቱ አልቦ ይሆናል።

$$\hat{\imath} \cdot \hat{\jmath} = \hat{\jmath} \cdot \hat{\imath} = \hat{\imath} \cdot \hat{k} = \hat{k} \cdot \hat{\imath} = \hat{k} \cdot \hat{\jmath} = \hat{\jmath} \cdot \hat{k}$$
$$= 0$$

እንበልና $\vec{A}$ እና $\vec{B}$ ሁለት ቀስቶ ሥፍሮች ይሁኑ

$$\vec{A} = a_1\hat{\imath} + a_2\hat{\jmath} + a_3\hat{k}$$

$$\vec{B} = b_1\hat{\imath} + b_2\hat{\jmath} + b_3\hat{k}$$

የነዚህ ቀስቶ ሥፍሮች ነቁጣ ብዜት እንደሚከተለው ሊጻፍ ይችላል።

---

[26] dot product

$$\vec{A} \cdot \vec{B} = (a_1\hat{\imath} + a_2\hat{\jmath} + a_3\hat{k}) \cdot (b_1\hat{\imath} + b_2\hat{\jmath} + b_3\hat{k})$$

$$= a_1b_1(\hat{\imath} \cdot \hat{\imath}) + a_1b_2(\hat{\imath} \cdot \hat{\jmath}) + a_1b_3(\hat{\imath} \cdot \hat{k})$$
$$+$$
$$a_2b_1(\hat{\jmath} \cdot \hat{\imath}) + a_2b_2(\hat{\jmath} \cdot \hat{\jmath}) + a_2b_3(\hat{\jmath} \cdot \hat{k}) +$$
$$a_3b_1(\hat{k} \cdot \hat{\imath}) + a_3b_2(\hat{k} \cdot \hat{\jmath}) + a_3b_3(\hat{k} \cdot \hat{k})$$

ከላይ ያስቀመጥነውን የአሃድ ቀስቶች ነቁጣ ብዜት ብይን በመጠቀም

$$\vec{A} \cdot \vec{B} = a_1b_1(1) + a_1b_2(0) + a_1b_3(0)$$
$$+ a_2b_1(0) + a_2b_2(1)$$
$$+ a_2b_3(0) + a_3b_1(0)$$
$$+ a_3b_2(0) + a_3b_3(1)$$

$$\vec{A} \cdot \vec{B} = a_1b_1 + a_2b_2 + a_3b_3$$

የዚህ ብዜት የሥነ-ሥፍራ ትርጉሙ እንዴት ነው? እንዴትስ ጥቅም ያለው ስሌት ልንተገበርበት እንችላለን? በመነሻነት ፤ በነቁጣ ብዜት ብይን መሠረት አንድ ቀስቶ ሥፍር ከራሱ ጋር በነቁጣ ሲባዛ ፤ የቀስቶ ሥፍሩ ካሬ መጠን ይገኛል።

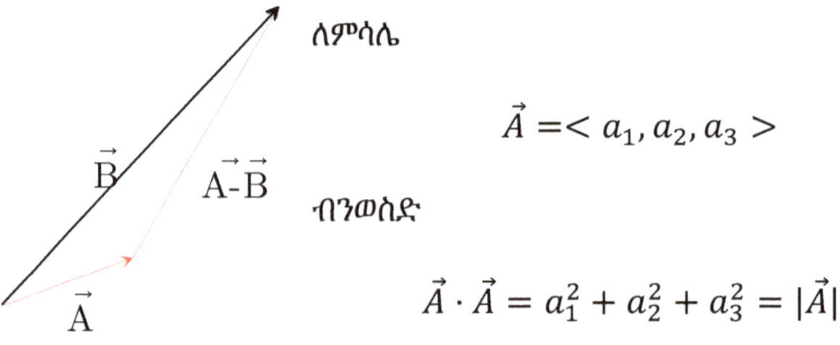

$$\vec{A} =\, < a_1, a_2, a_3 >$$

$$\vec{A} \cdot \vec{A} = a_1^2 + a_2^2 + a_3^2 = |\vec{A}|^2$$

በዮክሊዳዊ ሥነ-ሥፍራ ላይ ባደረግነው መለስተኛ ጥናት የፓይታጎረስን አዋጅ ማጠቃለያ ፤ የኮን-ዘዌ ሕግ ተመልክተናል (እንተነህ ብሩ, 2024a)። በዚህ ሕግ መሠረት ፤ የጋራ ዘዌ θ ያላቸው ሁለት ቀስቶ ሥፍሮች እንበልና $\vec{A}$ እና $\vec{B}$ ቢኖሩን ፤ በትልሙ ላይ እንደተመለከተው ቀስቶ ሥፍር $\vec{C} = \vec{A} - \vec{B}$ ቢሆን ፤ የቀስቶ ሥፍር $\vec{C}$ን መጠን ከኮን-ዘዌ ሕግ እንደሚከተለው እናገኛለን።

$$|\vec{C}|^2 = |\vec{A}|^2 + |\vec{B}|^2 \qquad (14)$$
$$- 2|\vec{A}||\vec{B}|\cos\theta$$

ከላይ እንዳሳየነው የሚከተለውን መተግበር እንችላለን።

$$|\vec{C}|^2 = \vec{C} \cdot \vec{C} = (\vec{A} - \vec{B}) \cdot (\vec{A} - \vec{B}) \quad (15)$$
$$= \vec{A} \cdot \vec{A} - \vec{B} \cdot \vec{B}$$
$$- 2\vec{A} \cdot \vec{B}$$

የቁ.(14) እና ቁ.(15)ን የቀመር አባላት በማነጻጸር

$$\vec{A} \cdot \vec{B} = ||\vec{A}||||\vec{B}||\cos\theta \qquad (16)$$

ነቁጣ ብዜት ለብዙ የሒሳብ ሥራዎች ጥቅም አለው። የሚከትሉት ሦስቴ በዋነኛነት ተጠቃሽ ናቸው።

- ፩) የቀስቶ ሥፍርን መጠን ለማስላት ፤ ቀቁ.(15)
- ፪) በሁለት ቀስቶ ሥፍሮች መካከል ያለውን ዘዌ ለማስላት ፤ ቀቁ.(16)

$$\cos\theta = \frac{\vec{A} \cdot \vec{B}}{||\vec{A}||\,||\vec{B}||}$$

- ፫) በሁለት ቀስቶ ሥፍሮች መካከል ርቱዕነናዊነትን (othogonality) ለማረጋገጥ

$$\vec{A} \cdot \vec{B} \begin{cases} > 0, \theta < 90^0 \\ = 0, \theta = 90^0 \ (ምስቅ) \\ < 0, \theta > 90^0 \end{cases}$$

- ፬) በተፈለገው አቅጣጫ የአንድን ቀስቶ ሥፍር ምንዘር ለማስላት። እንበልና አሃድ ቀስት $\vec{u}$ ይኑረን ፤ በአንድ ዘፈቀደ ቀስቶ ሥፍር $\vec{A}$ እና በ $\vec{u}$ መካከል ያለው ዘዌ θ ቢሆን የ$\vec{A}$ እና የ$\vec{u}$ን ነቁጣ ብዜት በማስላት $\vec{A} \cdot \vec{u} = ||\vec{A}||\cos\theta$ እናገኛለን። ይህ ያገኘነው ፤ በ$\vec{u}$ አቅጣጫ የሚገኘን የ$\vec{A}$ን ምንዘር (ጥላ) ነው።

በሥነ-ሥፍራ ዘርፍ ጠቃሚ የሆኑ ፤ የዘዌ እና የርዝመት ስሌቶችን ከቀስቶ ሥፍሮች ትንተና አገኘን ማለት ነው። ከቀስቶ ሥፍሮች የስሌት ትግበራ ፤ ሥፋትንም ማግኘት እንችላለን። የጋራ ዘዌ θ ባላቸው ሁለት ቀጤ መስመሮች (እንበልና ቀስቶ ሥፍሮች $\vec{A} = <a_1, a_2>$ እና $\vec{B} = <b_1, b_2>$) የሚሠራ ጎን-፫ መጠነ-ሥፋት በሚከተለው ቀመር የሚገኝ መሆኑን እናስታውሳለን።

$$መጠነ - ሥፋት\Delta = \frac{1}{2}|\vec{A}||\vec{B}|\sin\theta$$

ግልጽና ቀጥተኛ የሆነው $\cos\theta$ን ከነቁጣ ብዜት ካገኘን $\sin\theta$ን በመጠቀም $\sin\theta = \pm\sqrt{1-\cos^2\theta}$ ማግኘት እንችላለን። የተሻለ አቀራረብ አለ። ይኸውም ቀስቶ ሥፍር $\vec{A}$ን ከሰዓት በተቃራኒ በ$\frac{\pi}{2}$ መዓርጋት ማሽር እና ከ$\vec{B}$ ጋር የነቁጣ ብዜት መተግበር። እንበልና ቀስቶ ሥፍር $\vec{A}$ን በማሽር ያገኘነውን አዲስ ቀስቶ ሥፍር $\vec{A}'$ይሁን። በዚህ ስልታዊ ትግበራ የሚከተለውን ውጤት እናገኛለን።

$$\vec{A}' \cdot \vec{B} = |\vec{A}'||\vec{B}|\cos\theta'$$

ማሽር የአንድን ቀስቶ ሥፍር መጠን አይቀየርም ፤ ስለዚህ $|\vec{A}'| = |\vec{A}|$። በመቀጠል $\theta' = \frac{\pi}{2} - \theta$መሆኑ ግልጽ ነው ፤ ስለዚህ $\cos\theta' = \sin\theta$። ከእኩልታው በቀኝ በኩል ያለው $|\vec{A}||\vec{B}|\sin\theta$ የምንፈልገው ቀመር ነው። በቀኝ በኩል ያለውን ነቁጣ ብዜት በ$\vec{A}$ እና $\vec{B}$ ወይም በምንንዘሮቻቸው ስናገኝ የተነሳንበትን ዓላማ አሳካን ማለት ነው።$\vec{A}$ን በ$\frac{\pi}{2}$ መዓርጋት ከሰዓት በተቃራኒ ስናሽረው የምናገኘው ቀስቶ ሥፍር $\vec{A}' = <-a_2, a_1>$ መሆኑን ልብ እንበል። ስለዚህ

$$\vec{A}' \cdot \vec{B} = <-a_2, a_1>\cdot< b_1, b_2 >$$
$$= a_1 b_2 - b_1 a_2$$

ብይን:- $a_1 b_2 - b_1 a_2$ የሁለት ቀስቶ ሥፍሮች ፤ $\vec{A} = < a_1, a_2 >$ እና $\vec{B} = < b_1, b_2 >$ <u>መወሰን</u>

(determinant) ይባላል፡፡ det( ) በሚልት ትዕምርት ይገለጻል[27]፡፡ በቅንፎቹ ውስጥ የመወስን ስሌት የሚተገበርባቸው ቀስቶ ሥፍሮች ይዘረዘራሉ፡፡ በሒሳብ ማኅበረሰብ ስምምነትም በሁለት ቋሚ እዝባሮች መካከል የቀስቶ ሥፍሮቹን ምንዘር እንደሚከተለው በመደርደር ይጻፋል፡፡

$$\det(\vec{A}, \vec{B}) = \begin{vmatrix} a_1 & a_2 \\ b_1 & b_2 \end{vmatrix} = a_1 b_2 - a_2 b_1$$

ስለዚህ በ$\vec{A}$ እና $\vec{B}$ የተያዘ ጠለል ጎነ-፬

$$\text{ሥፋት} = \frac{1}{2} |\vec{A}||\vec{B}|\sin\theta = \det(\vec{A}, \vec{B})$$

ነው ማለት ነው፡፡ ይህ ውጤት ከጠለል (ወይም አውታሬ-፪ ቦታ) ወደ አውታሬ-፫ ቦታ (space) በቀላሉ ይጠቃለላል፡፡

እንበልና ፫ ቀስቶ ሥፍሮቹን $\vec{A} = <a_1, a_2, a_3>$ ፣ $\vec{B} = <b_1, b_2, b_3>$ እና $\vec{C} = <c_1, c_2, c_3>$ ይኑሩ፡፡ የአውታሬ-፫ ሥርዓተ አካኼድ ስንከተል ወደሚከተለው የመወስን አቀማመጥ ይመራናል፡፡

$$\det(\vec{A}, \vec{B}, \vec{C}) = \begin{vmatrix} a_1 & a_2 & a_3 \\ b_1 & b_2 & b_3 \\ c_1 & c_2 & c_3 \end{vmatrix}$$

---

[27] በአማርኛ መወስን () ተብሎ ሊጻፍ ይችላል፡፡

ጠቅለል ያለ መወስኖችን የማስላት ዘዴ በምዕራፍ ፫
እንመለከታለን። ለጊዜው ፣ ለፈለግነው ሥራ በቂ የሆነ
ቀላል ዘዴ እንጠቀማለን። ዘዴውን ቀጥለን እናቀርባለን።

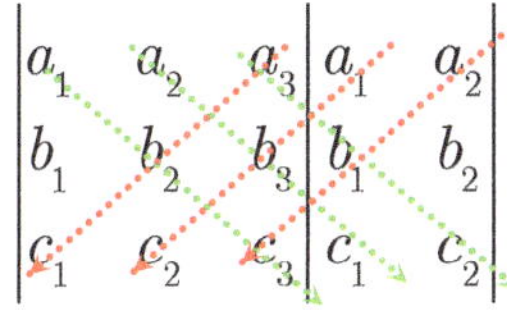

የመጀመሪያዎቹን ሁለት ዐምዶች (columns) መጨረሻ
ላይ ተደግመው ይደርደሩ (በግራ እንደተመለከተው) ።
መወስኑ ፣ ከግራ ላይ ወደ ቀኝ ታች ከተደረድሩት ሰያፍ
ግብአቶች ብዜት ድምር ላይ ከቀኝ ላይ ወደ ግራ ታች
የተደረደሩት ግብአቶች ብዜት ድምር ሲቀነስ ነው። ስሌቱን
በመተግበር እና ትንሽ በማደራጀት የሚከተለውን እናገኛለን

$$\det(\vec{A}, \vec{B}, \vec{C}) = a_1(b_2 c_3 - b_3 c_2)$$
$$+ a_2(b_3 c_1 - b_1 c_3)$$
$$+ a_3(b_1 c_2 - b_2 c_1)።$$

ይኽ በሦስቱ ቀስቶ ሥፍሮች የተያዝ ይዘትን መጠን
ይሰጠናል። $\det(\vec{A}, \vec{B}, \vec{C}) = \pm$ በሦስቱ ቀስቶ ሥፍሮች
የተያዝ ሳጥን (parallelepiped) ይዘት ነው።

የቀስቶ ሥፍሮች መስቀለኛ ብዜት[28]

ወደ ትግበራው ከመግባታችን በፊት ማድረግ
ስለምንፈልገው ነገር የጎሊና ሥዕል ለማስቀመጥ እንሞክር።
ብሎን ስንፈታና ስናስር የሚፈጠረውን ልብ እንበል።
በመጀመሪያ የብሎኑ የማዕከል ዳርቻ ርቀት ቀስቶ ሥፍር
አለ ፣ ብሎኑን ለማሽከርከር የምንተገብረው ጥምዘዛ ቀስቶ
ሥፍር አለ። እኒህ ሁለት ቀስቶ ሥፍሮች መካከል በሚደረግ

---

[28] cross product

መስተጋብር ብሎኑ ከአቃፈው ወደ ውጭ ሊወጣ ወይም ወደ አቃፈው ሊገባ ይችላል። ይኸን ሂደት እንደሚከተለው በቀኝ እጅ መሪነት ልንገልጸው እንችላለን። ጠምዛዡ ግደት (force) ወደሚቃጣበት አቅጣጫ ቀኝ እጃችንን ብንጨብጥ እና አውራ ጣታችን ብንቀስር ፥ አውራ ጣታችን የብሎኑን የእንቅስቃሴ አቅጣጫ ይጠቁማል። ይህ አቅጣጫ የብሎኑ ማዳር እና ጠምዛገኖን ግደት ለያዘው ጠለል ምስቅ ነው። በመቀጠል የምናወራው የቀስቶ ሥፍሮች ሒሳባዊ ስሌት ፥ ካስቀመጥነው ሥዕል ጋር የሚመሳሰል መሆኑን እናስብ። የመስቀለኛ ብዜት ትግበራ ምልክት × ነው። በመጀመሪያ ይህን የቀስቶ ሥፍሮች ስሌት በአሃድ ቀስቶች ላይ እንተግብር። ለምሳሌ $\hat{i}$ አሃድ ቀስት ከ$\hat{j}$ አሃድ ቀስት ጋር በመስቀለኛ ይባዛ። ከላይ በገለጽነው የቀኝ እጅ መሪነት ጣቶቻችንን በ$\hat{i}$ አቅጣጫ በማመልከት ወደ $\hat{j}$ ብንጨብጣቸው አውራጣታችን በ$+\hat{k}$ አቅጣጫ ይቀሰራል። በመሆኑም የተገበርነው መስቀለኛ ብዜት $\hat{i} \times \hat{j}$ መጠኑ አሃድ ሲሆን በ$\hat{k}$ አቅጣጫ ነው። ይኸንኑ ሒሳባዊ ትግበራ ከ$\hat{j}$ ወደ $\hat{i}$ ብናደርግ የቀኝ እጅ መሪነት ወደ $-\hat{k}$ ያመለከተናል። በዚሁ አካሄድ እንደሚከተለው እናገኛለን።

- $\hat{i} \times \hat{j} = \hat{k}$ ፤ $\hat{j} \times \hat{k} = \hat{i}$ ፤ $\hat{k} \times \hat{i} = \hat{j}$ ፤

- $\hat{i} \times \hat{i} = 0$ ፤ $\hat{j} \times \hat{j} = 0$ ፤ $\hat{k} \times \hat{k} = 0$ ፤

- $\hat{j} \times \hat{i} = -\hat{k}$ ፤ $\hat{k} \times \hat{j} = -\hat{i}$ ፤ $\hat{i} \times \hat{k} = -\hat{j}$።

ከላይ የበየነውን ትንተና ፣ የሁለት ዘፈቀደ ቀስቶ ሥፍሮችን መስቀለኛ ብዜት እንደሚከተለው ለመተግበር ያስችለናል።

እንበልና $\vec{A} =< a_1, a_2, a_3 >$እና $\vec{B} =< b_1, b_2, b_3 >$ ሁለት ቀስቶ ሥፍሮች ይሁኑ። የሁለቱ ቀስቶ ሥፍሮች መስቀለኛ ብዜት

$$\vec{A} \times \vec{B} = (a_1\hat{\imath} + a_2\hat{\jmath} + a_3\hat{k}) \times (b_1\hat{\imath} + b_2\hat{\jmath} + b_3\hat{k})$$

$$= a_1b_1(\hat{\imath} \times \hat{\imath}) + a_1b_2(\hat{\imath} \times \hat{\jmath}) + a_1b_3(\hat{\imath} \times \hat{k}) +$$

$$a_2b_1(\hat{\jmath} \times \hat{\imath}) + a_2b_2(\hat{\jmath} \times \hat{\jmath})$$

$$+ a_2b_3(\hat{\jmath} \times \hat{k})$$

$$+ a_3b_1(\hat{k} \times \hat{\imath})$$

$$+ a_3b_2(\hat{k} \times \hat{\jmath})$$

$$+ a_3b_3(\hat{k} \times \hat{k})$$

ከላይ ያስቀመጥናቸውን የአሃድ ቀስቶች መስቀለኛ ብዜት በመጠቀም የሚከተለውን እናገኛለን።

$$\vec{A} \times \vec{B} = a_1b_1(0) + a_1b_2(\hat{k})$$

$$+ a_1b_3(-\hat{\jmath}) + a_2b_1(-\hat{k})$$

$$+ a_2b_2(0) + a_2b_3(\hat{\imath})$$

$$+ a_3b_1(\hat{\jmath}) + a_3b_2(-\hat{\imath})$$

$$+ a_3b_3(0)$$

በመጨረሻም

$$\vec{A} \times \vec{B} = (a_2b_3 - a_3b_2)\hat{i} + (a_3b_1 - a_1b_3)\hat{j} + (a_1b_2 - a_2b_1)\hat{k}$$

ይኸን የሁለት ቀስቶ ሥፍሮች መስቀለኛ ብዜት እንደሚከተለው መጻፍ እንችላለን።

$$\vec{A} \times \vec{B} = \begin{vmatrix} \hat{i} & \hat{j} & \hat{k} \\ a_1 & a_2 & a_3 \\ b_1 & b_2 & b_3 \end{vmatrix}$$

- መጠነ-ሥፋትና አቅጣጫ

አንባቢው የሚከተለውን አዋጅ በቀላሉ ማረጋገጥ ይችላል። የ$\vec{A} \times \vec{B}$ መጠን በሁለቱ ቀስቶ ሥፍሮች የተያዘ **ትይዩ ጎነ-ፎ** (paralellogram) መጠነ-ሥፋት ነው።

$$|\vec{A} \times \vec{B}| = |\vec{A}||\vec{B}|\sin\theta$$

የ$\vec{A} \times \vec{B}$ አቅጣጫ ደግሞ ፥ ከቀኝ እጅ መሪነት በቀላሉ እንደምንረዳው ፥ ለ**ትአጎኑ** ጠለል ምስቅ ነው።

- ሠለስትዮሽ ብዜት

ሴላ ልብ የምንለው (አንባቢው በቀላሉ ማረጋገጥ የሚችለው) የሚከተለው ዝምድና ነው።

$$\det(\vec{A}, \vec{B}, \vec{C}) = \vec{A} \cdot (\vec{B} \times \vec{C})$$

በቀኝ በኩል ያለው የሦስት ቀስቶ ሥፍሮች የስሌት ስንሰለት ሠለስትዮሽ ብዜት (tripple product) ይባላል።

- *የጠለል እኩልዮሽ (Equation of a plane)*

የጠለል እኩልዮሽ ማለት በጠለሉ ላይ ያለ ነጥብ ብንወስድ ፤ ነጥቡ ላይ ያሉ የቅንብር ዕሴቶች ያላቸውን ዝምድና የሚገልጽ እኩልዮሽ ነው። በአንድ የቅንብር ሥርዓት ውስጥ ሦስት ነጥቦች ቢኖሩን ፤ ሦስቱን ነጥቦች የያዘ የጠለል እኩልዮሽ መመሥረት ይቻላል። እንበልና ሦስት ነጥቦች P_1 ፤ P_2 እና P_3 የያዘ ጠለል ይኑር። በዚሁ ጠለል ላይ ያረፈ የዘፈቀደ ነጥብ $P(x, y, z)$ ቢሆን ፤ የጠለሉ እኩልዮሽ እንደሚከተለው ይገኛል።

$$\det\left(\overrightarrow{P_1P}, \overrightarrow{P_1P_2}, \overrightarrow{P_2P_3}\right) = 0$$

ማረጋገጫ

$P(x, y, z)$ ጠለሉ ላይ ያረፈ ከሆነ ፤ $\vec{N}$ ለጠለሉ ምስቅ የሆነ ቀስቶ ሥፍር ቢሆን $\overrightarrow{P_1P} \cdot \vec{N} = 0$ ነው።

ምስቅ ቀስቱን እንዴት እናገኛለን? በሁለት ቀስቶ ሥፍሮች ለተያዘ ጠለል ምስቅ የሆነ ቀስቶ ሥፍር የሁለቱን ቀስቶ ሥፍሮች መስቀለኛ ብዜት በመተግበር እናገኛለን።

$$\vec{N} = \overrightarrow{P_1P_2} \times \overrightarrow{P_2P_3}$$

ስለዚህ

$$\overrightarrow{P_1P} \cdot \left(\overrightarrow{P_1P_2} \times \overrightarrow{P_2P_3}\right) = 0$$

ከላይ እንዳስቀመጥነው ይኸ ሡለስትዮሽ ብዜት ከ $\det(\overrightarrow{P_1P}, \overrightarrow{P_1P_2}, \overrightarrow{P_2P_3})$ እኩል ነው። ያገኘነው እኩልዮሽ እና የያዘ ጠለል እኩልዮሽ ነው።

- ከነቁጣ ብዜቶች ጋር ዝምድና

    የሁለት ቀስቶ ሥፍሮች መስቀለኛ ብዜት መጠን ፣ ከነቁጣ ብዜታቸው ጋር ያለውን ዝምድና በቀላሉ እንደሚከተለው ማግኘት ይቻላል።

$$||\vec{A} \times \vec{B}||^2 = ||\vec{A}||^2||\vec{B}||^2 - (\vec{A} \cdot \vec{B})^2$$

- በሁለት ቀስቶ ሥፍሮች መካከል ያለ ዘዌ ለመፈለግ

    እንበልና በሁለቱ ቀስቶ ሥፍሮች መካከል ያለው ዘዌ θ ይሁን።

$$|| \sin \theta ||$$
$$= \frac{\sqrt{(a_2b_3 - a_3b_2)^2 + (a_3b_1 - a_1b_3)^2 + (a_1b_2 - a_2b_1)^2}}{\sqrt{(a_1^2 + a_2^2 + a_3^2)(b_1^2 + b_2^2 + b_3^2)}}$$

    የሁለት ቀስቶ ሥፍሮች የመስቀለኛ ብዜት ውጤት አልቦ ከሆነ ፣ በሁለቱ ቀስቶ ሥፍሮች መካከል ያለው ዘዌ አልቦ ወይም $\underline{\frac{?}{\pi}}$ መዓርጋት ነው። አንድ ቀስቶ ሥፍር ከራሱ ጋር በመስቀለኛ ብዜት ቢባዛ ውጤቱ አልቦ ነው።

- የቀስቶ ሥፍሮች መስቀለኛ ብዜት ተጨማሪ ጸባያት

    የቅያሬ ጸባይ (cummutative property)

$$\vec{A} \times \vec{B} = -\vec{B} \times \vec{A}$$

የስብጥር ጸባይ በድምራ ላይ (distibutive property over addition)

$$\vec{A} \times (\vec{B} + \vec{C}) = (\vec{A} \times \vec{B}) + (\vec{A} \times \vec{C})$$

አንዳኝ ጸባይ (associative property)

የአንዳኝ ጸባይን አይጠብቅም ፤ የጃኮቢን መለያ (Jacobi's identity) ይከተላል::

$$\vec{A} \times (\vec{B} \times \vec{C}) + \vec{B} \times (\vec{C} \times \vec{A})$$
$$+ \vec{C} \times (\vec{A} \times \vec{B}) = 0$$

ልውጠት

$$\frac{\mathrm{d}}{\mathrm{d}t}(\vec{A} \times \vec{B}) = \frac{\mathrm{d}\vec{A}}{\mathrm{d}t} \times \vec{B} + \vec{A} \times \frac{\mathrm{d}\vec{B}}{\mathrm{d}t}$$

ሠለስቶሽ ብዜት

$$\vec{A} \times (\vec{B} \times \vec{C}) = \vec{B}(\vec{A} \cdot \vec{C}) - \vec{C}(\vec{A} \cdot \vec{B})$$

የቀስቶ ሥፍሮች ሁለትዮሽ ብዜት[29]

ሌላው ጠቃሚ የቀስቶ ሥፍሮች ብዜት የሁለትዮሽ ብዜት (dyadic product) ነው:: እንበልና ሁለት ቀስቶ ሥፍሮች፤

$$\vec{A} = a_1\hat{i} + a_2\hat{j} + a_3\hat{k}$$

---

[29] Dyadic product

$$\vec{B} = b_1\hat{\imath} + b_2\hat{\jmath} + b_3\hat{k}$$

ቢኖሩን በሁለቱ መካከል የሚደረግ የሁለትዮሽ ብዜት $\otimes$ እንደሚከተለው ይገኛል፦

$$\vec{A} \otimes \vec{B} = a_1b_1\hat{\imath}\hat{\imath} + a_1b_2\hat{\imath}\hat{\jmath} + a_1b_3\hat{\imath}\hat{k} +$$
$$a_2b_2\hat{\jmath}\hat{\imath} + a_2b_2\hat{\jmath}\hat{\jmath} + a_2b_3\hat{\jmath}\hat{k} +$$
$$a_3b_1\hat{k}\hat{\imath} + a_3b_2\hat{k}\hat{\jmath} + a_3b_3\hat{k}\hat{k}$$

አንድ ኩብ እናስብ። ኩብ ስድስት ገጽ አለው። ሦስት የትይዩ ገጾች ጥንድ አሉ። እነዚህን ገጾች በሦስት ጥንድ ትይዩ ገጾች እንመድባቸው። እያንዳንዱን ትይዩ ገጽ ጥንድ በምስቅ የሚያቋርጡን አቅጣጫ $\hat{\imath}$ ፣ $\hat{\jmath}$ እና $\hat{k}$ በማለት እንሰይማቸው። በሁለትዮሹ ብዜት ያገኘነው ውጤት a_1b_1 ያህል መጠን በ $\hat{\imath}$ ኛው ገጽ በ$\hat{\imath}$ አቅጣጫ አለው ፣ a_1b_1 ያህል መጠን በ$\hat{\imath}$ኛው ገጽ

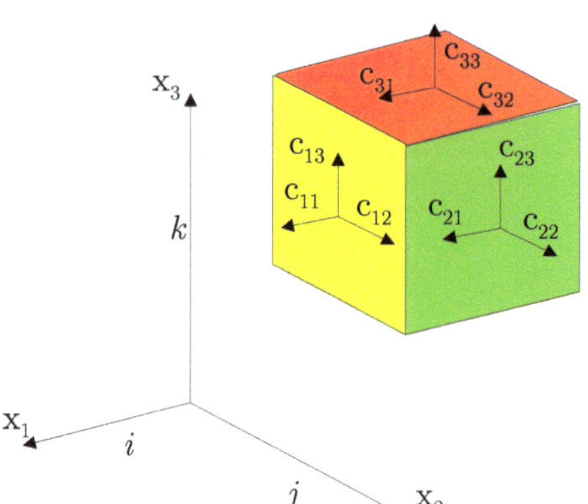

በ $\hat{\jmath}$ አቅጣጫ አለው ፣ ወዘተ እንደማለት ነው። አብዛኛውን ጊዜ የሁለትዮሽ ብዜት እንደሚከተለው በዐሪክ (ዐሪኮት) ይጻፋል።

$$\vec{A} \otimes \vec{B} = \boldsymbol{C} = \begin{bmatrix} c_{11} & c_{12} & c_{13} \\ c_{21} & c_{22} & c_{23} \\ c_{31} & c_{32} & c_{33} \end{bmatrix}$$

$c_{11} = a_1b_1$ ፣ $c_{12} = a_1b_2$ ፣ $c_{13} = a_1b_3$ ፣ ...
የዐሪኩ አባላት (ግብአቾች) ይባላሉ። በግራ በኩል ያለው ስዕላዊ መግለጫ እንደሚያሳየው ዐይነት አወቃቀር አለው።

ምዕራፍ ፫: ዐሪካት

ዐሪክ ፡ ኮት ፡ (ዐሪክ ፡ የዐርክ ፡ ይዐ
ርክ ። ዐብ ፡ ዐራኺ) ፤ መስደር ፡ መደርደር ፡ ጥን
ጣጡር ፤ በያምላያውና ፡ በያካያው ፡ ግዋር ፡ ልፈት ፡ ስፈት ፤
ጉን ፡ ስጉን ፤ ወይም ፡ ላይና ፡ ታች ።

በሥነ ቁስ እና ቄሳዊ ነፋሳት ጥናት ፤ በመረጃ ጥንቅር ፤ እና በመሳሰሉት ሳይንሳዊ መስኮች በተለያዩ መጠኖች መካከል ቀጥተኛ ዝምድና ሊኖረን ይችላል ፤ ወይም ወደ ቀጥተኛ ዝምድና በማቅረብ ስሌቶችን ልንተገብር እንችላለን። በዚህ ወቅት ፤ ዐሪካትን (matrices) መጠቀም ስሌቶችን ያቀላል ፤ መረጃንም በአግባቡ እና አመች በመሆነ መልኩ ለማጠናቀር ይጠቅማል። ዐሪክ (matrix) ቁጥሮችን ለሒሳባዊ ትንተና አመች በሆነ መልኩ የመደርደር ሥርዓት ነው።

ለምሳሌ የሚከተሉትን n የ y –ቅንብሮችን ከ n የ x –ቅንብሮች ጋር የሚያያዙ የመጀመሪያ ርከን አብራዊ እኩልዮሾች[30] (simultaneous linear equations) እንመልከት።

$$y_1 = a_{11}x_1 + a_{12}x_2$$
$$+ a_{13}x_3 + \ldots + a_{1n}x_n$$

$$y_2 = a_{21}x_1 + a_{22}x_2$$
$$+ a_{23}x_3 + \ldots + a_{2n}x_n.$$

---

[30]የቀጥታ አዛማጅ እኩልዮሾች በእኩልዮሾቻቸው ብዛት $-n-$ እንደሚከተለው የአማርኛ ስያሜ ቢወጣላቸው እላለሁ። $n = 2$ ሁለቶችሽ ፤ $n = 3$ ሦስቶሽ ፤ $n = 4$ ፤ አራቶሽ ፤ $n = 5$ አምስቶሽ ፤ $n = 6$ ስድስቶሽ....ወዘተ። ባንድ ላይ የተጠረነፉ እና የተለዋጭኬቻቸው መፍትሔ ስብስብ ለሁሉም እኩልዮሾች ተስማሚ መሆን ያለባቸው ሲሆን እኩልዮሹ አብሮሽ እኩልዮሾች (simultaneous equations) ይባላሉ።

$$y_3 = a_{31}x_1 + a_{32}x_2 + a_{33}x_3 + \cdots$$
$$+ a_{3n}x_n$$

$$\ldots$$

$$.y_n = a_{n1}x_1 + a_{n2}x_2$$
$$+ a_{n3}x_3 + \ldots + a_{nn}x_n$$

a_{11} ፤ a_{12} ... መመደቢያ ዕሴቶች (coefficients) ይባላሉ። እነዚህን እኩልዮሾች በቃላሉ እንደሚከተሉት መጻፍ እንችላለን

$$y_i = \sum_{j=1}^{n} a_{ij}x_j \ (i = 1,2,3,\ldots,n)$$

ወይም እንደሚከተለው መደርደር እንችላለን።

$$
\begin{bmatrix} y_1 \\ y_2 \\ y_3 \\ \cdot \\ \cdot \\ \cdot \\ y_n \end{bmatrix}
=
\begin{bmatrix}
a_{11} & a_{12} & a_{13} & \ldots & a_{1n} \\
a_{21} & a_{22} & a_{23} & \ldots & a_{2n} \\
a_{31} & a_{32} & a_{33} & \ldots & a_{3n} \\
\cdot & \cdot & \cdot & \cdot & \cdot \\
\cdot & \cdot & \cdot & \cdot & \cdot \\
\cdot & \cdot & \cdot & \cdot & \cdot \\
a_{n1} & a_{n2} & a_{n3} & \ldots & a_{nn}
\end{bmatrix}
\begin{bmatrix} x_1 \\ x_2 \\ x_3 \\ \cdot \\ \cdot \\ \cdot \\ x_n \end{bmatrix}
\tag{17}
$$
$$\mathbf{y} \quad = \quad \mathbf{A} \quad\quad \mathbf{x}$$

እንደ ስምምነት እንድን 0ሪክ የሚወክልን ፊደል በጉልህ (bold) እንጽፋለን ፤ ለምሳሌ $\mathbf{A}$ ። ወደጎን ያሉት የአባላት ድርድር ረድፍ (row) ሲባሉ ፤ ከላይ ወደታች ያሉት ደግሞ 0ምድ (column) ይባላሉ። የ0ሪክ መጠን የሚበየነው በያዘው 0ምድና ረድፍ ብዛት ነው። ለምሳሌ m ረድፍና n

0ምድ ያለው ዐሪክ $m \times n$ ዐሪክ ወይም $mበn$ ዐሪክ ይባላል። ብቸኛ ረድፍ ያላቸው ዐሪካት ረድፍ ቀስቶ ይባላሉ። ብቸኛ 0ምድ ያላቸው ዐሪካት 0ምድ ዐሪክ ይባላሉ። በቀቁ.(17) በተመለከተው የቀጥር ድርድር እና እንደ ቅደም ተከተላቸው n የረድፍ እና m የ0ምድ ቁጥር አላቸው። ሁለት ዐሪካትን እኩል መጠን አላቸው ስንል የ0ምድና የረድፍ ቁጥራቸው እኩል ነው ማለታችን ነው። በዐሪክ A እና በዐሪክ x መካከል ያለውን ብዜት ለመተግበር የመጀመሪያውን ዐሪክ ረድፍ ከሁለተኛው ዐሪክ 0ምድ ጋር በነቁጣ ማባዛት ነው። ለምሳሌ የብዜቱ የመጀመሪያ ግብአት

$$[\boldsymbol{y}]_1 = [\boldsymbol{Ax}]_{1,1} = <a_{11}, a_{12}, a_{13}, \ldots, a_{1n}$$
$$>.<x_1, x_2, x_3, \ldots, x_n>$$
$$= a_{11}x_1 + a_{12}x_2 + a_{13}x_3 + \ldots + a_{1n}x_n$$

ሌሎች የብዜቱን ግብአቶች እንደዚሁ ማግኘት እንችላለን።

አሁን የተገበርነውን የዐሪክ ማባዛት ስልት ሁለት ዘፈቀደ ዐሪካትን ለማባዛት ልንጠቀምበት እንችላለን።

በዐሪኮች መካከል የሚደረግ ብዜት

አንድ ዐይነት መጠን እስካላቸው ድረስ ዐሪካት ይቀናነሳሉ ፣ ይደማመራሉ። አንድን ዐሪክ በሥፉር ቁጥር (scalar) ማባዛት ፣ እያንዳንዱን የዐሪኩን ግብአቶች በቁጥሩ ማባዛት ማለት ነው። ሁለት ዐሪካትን ማባዛት የሚቻለው

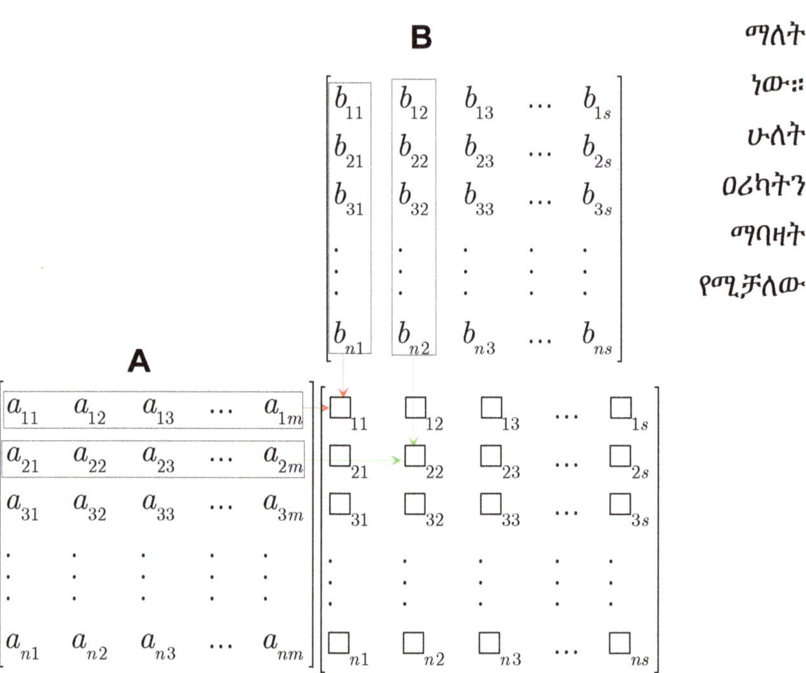

የመጀመሪያው ዐሪክ ዐምድ ከሁለተኛው ዐሪክ ረድፍ ቁጥር ጋር እኩል የሆኑ እንደሆነ ነው። አንበልና **A** እና **B** እንደቅደም ተከተላቸው $m \times n$ እና $r \times s$ መጠን ያላቸው ዐሪካት ይሁኑ። ሁለቱ ዐሪካት መባዛት የሚችሉት m እና r እኩል ከሆኑ ብቻ ነው። እኩል ናቸው ብለን እናስብ። የእነዚህ ሁለት ዐሪካት ብዜት $i, j^{ኛ}$ አባል እንደሚከተለው ይገኛል።

$$[\boldsymbol{AB}]i,j = A_{i,1}B_{1,j} + A_{i,2}B_{2,j}$$
$$+ A_{i,3}B_{3,j}+\ldots+A_{i,n}B_{n,j}$$

ለምሳሌ የመጀመሪያውን የብዜቱን ግብአት $[\boldsymbol{AB}]_{1,1}$ን ለማግኘት ብንፈልግ እንደሚከተለው እናገኛለን

$$[\boldsymbol{AB}]_{1,1} = A_{1,1}B_{1,1} + A_{1,2}B_{2,1}$$
$$+ A_{1,3}B_{3,1}+\ldots+A_{1,n}B_{n,1}$$

ከዚህም $\boldsymbol{AB} \neq \boldsymbol{BA}$ እንደሆነ እንረዳለን።

ካሬ ዐሪክ

የዐምዱ ቁጥርና የረድፉ ቁጥር እኩል የሆነ ዐሪክ ካሬ ዐሪክ ይባላል።

አሃድ ዐሪክ

አሃድ ዐሪክ[31] የሚከተለውን ዝምድና ያሟላል።

$$\boldsymbol{I}x = x$$

አሃድ ዐሪክ በዋና ስያፍ ላይ ያሉት ግብአት ሁሉ 1 ሲሆኑ ፤ የተቀሩት ግብአቶቹ 0 የሆኑ ካሬ ዐሪክ ነው። አብዛኛውን ጊዜ በ**ጉልህ** ላቲን ፊደል I ይወከላል። መጠኑ (የአውታሩ ብዛት) በታህታይ ቁጥሪነት ይቀመጣል። ለምሳሌ I_1 ፤ I_2 ፤ I_n ወዘተ። ለምሳሌ በአውታረ-ሯ ፤

---

[31] Identity matrix

$$I_3 = \begin{bmatrix} 1 & 0 & 0 \\ 0 & 1 & 0 \\ 0 & 0 & 1 \end{bmatrix}$$

ዝውሬ ዐሪክ

የአንድን ዐሪክ ዐምዶች ወደ ረድፍ ፤ ረድፎችን ወደ ዐምድ በመቀየር የሚሰራ ዐሪክ ዝውሬ ዐሪክ ይባላል። የአንድን ዐሪክ የመጀመሪያ ዐምድ በመጀመሪያ ረድፍ ፤ የሁለተኛ ዐምድ ፤ በሁለተኛ ረድፍ የማዘርና የመደርደር ድርጊት ነው። አንድ $m \times n$ መጠን ያለው ዐሪክ A ቢኖረን ፤ የዚህ ዐሪክ ዝውረት $n \times m$ ዐሪክ ሲሆን በA^T ይወከላል።

ርቱዕንናዊ ዐሪክ

አንድን ካሬ ዐሪክ እንበልና $\mathbf{Q}$ ርቱዕንናዊ ዐሪክ (proper orthogonal matrix) ነው የምንለው የዐሪኩ ግልብጥ $\mathbf{Q}^{-1}$ ከዐሪኩ ዝውረት $\mathbf{Q}^{\mathrm{T}}$ ጋር እኩል ከሆነ ነው።

ፊርጅ-ግጥም ዐሪክ[32]

ከራሱ ዝውረት ጋር እኩል ($\mathbf{Q} = \mathbf{Q}^{\mathrm{T}}$) የሆነ ዐሪክ ፊርጅ ግጥም ዐሪክ (symmetric matrix) ይባላል።

---

[32] Symmetric matrix (የተሻለ ስያሜ የሚፈልግ) ፤ Diagonal symetry (ስላች ግጥም ሊባል ይችላል)

የዐሪክ ግልብጥ

የአንድን ዐሪክ ግልብጥ እንዴት እንደምናገኝ ገና አልተመለከትንም። በብይን አንድ ዐሪክ በራሱ ግልብጥ ሲባዛ አሃድ ዐሪክ ይሰጣል።

$$A^{-1}A = I$$

ሰያፍ ድምር(Trace)

የአንድ ዐሪክ ሰያፍ ድምር የዐሪኩ ዋና ሰያፍ ግብአቶች ድምር ነው። የመተግበሪያው ትዕምርት Tr ወይም $Tr(\ )$ ሲሆን የአንድ ዐሪክ እንበልና A ሰያፍ ድምር $Tr\mathbf{A}$ ወይም $Tr(\mathbf{A})$ ተብሎ ይጻፋል።

$$Tr(\mathbf{A}) = a_{11} + a_{22} + \ldots + a_{nn}$$

የመጀመሪያ ርከን እኩልዮሾች ሥርዓት መፍትሄ አፈላለግ

በሚከተለው ማትሪከሳዊ አጻጸፍ የተቀናበሩ የእኩልዮሽ ሥርዓት እናስብ። እንበልና ዐሪክ $\mathbf{A}$ nxn መመደቢያ ዕሴቶችን የያዘ ካሬ ዐሪክ ይሁን። $\mathbf{x}$ ደግሞ n መለውጦችን የያዘ ዐምድ ዐሪክ (ባለ n ዝርዝር ፣ ወይም አውታረ-n ቀስቶ ሥፍርም ይባላል) ይሁን። ከእኩልታው በስተቀኝ ያለውም $\mathbf{c}$ n ያዊቾችን የያዘ ዐምድ ዐሪክ (አውታረ-n n ቀስቶ ሥፍር ፣ ባለ n ዝርዝር ቀስቶ ሥፍር) ይሁን።

$$\mathbf{A}\mathbf{x} = \mathbf{c}$$

የ **c** ግብአቶች ሁሉ አልቦ ከሆኑ (**c** $= 0$) ሥርዓቱ የወጥ የመጀመሪያ ርከን እኩልዮሾች ሥርዓት (homogeneous system of linear equations) ይባላል። **c** $\neq 0$ ከሆነ ደግሞ ወጥ ያልሆነ የመጀመሪያ ርከን እኩልዮሾች ሥርዓት (nonhomogeneous system of linear equations) ይባላል።

የ**x**ን መፍትሄ ለማግኘት ከእኩልታው በግራም በቀኝም ያሉትን ዐሪካት በዐሪክ **A** ግልብጥ $\mathbf{A}^{-1}$ እናባዛለን።

$$\mathbf{A}^{-1}\mathbf{A}x = \mathbf{A}^{-1}\mathbf{c}$$

ስለዚህ የመፍትሄውን ዐሪክ እንደሚከተለው እናገኛለን።

$$x = \mathbf{A}^{-1}\mathbf{c}$$

የግልብጥ ዐሪክ ስሌት

መለስተኛ መጠን ላላቸው ዐሪካት የዐሪክ ግልብጥ ከዐሪኩ ተዋሳኝ (adjoint, $adj()$) እና መወስን (determinant) እንደሚከተለው እናገኛለን።

$$\mathbf{A}^{-1} = \frac{1}{\det(\mathbf{A})}\,adj(\mathbf{A})$$

መወስነ ዐሪክ

ቀድም ብለን ስለ ቀስቶ ሥፍሮች ሒሳባዊ ትንተና ስናትት ፤ ስለ መወስን (determinant) መለስተኛ የሆነ ሐተታ አድርገናል። በመቀጠል በጠቅላላው የዐሪክ መወስንን

ያፈላለግ ዘዴና የመጀመሪያ ርከን እኩልዮሾች ሥርዓትን መፍትሄ (solutions of linear systems of equations) ለማስላት የሚጫወተውን ሚና እንመለከታለን። ወጥ ያልሆነ የመጀርመሪያ ርከን እኩልዮሾች ሥርዓት (nonhomogeneous system of linear equations) ውስን መፍትሄ (unique solution) የሚኖረው የሥርዓቱ 0ሪክ መወስን አልቦ ካልሆነ ብቻ ነው። 0ሪኩ አልቦ ያልሆነ 0ሪክ ነጠላ ያልሆነ <u>0ሪክ</u> (nonsingular matrix/መወስን ኢ0ልቦ) ይባላል። መወስንን ማስላት የሚቻለው ለካሬ 0ሪክ ብቻ ነው። መወስኑ አንድ ወይም ቀናስ አንድ የሆነ 0ሪክ <u>ሞደ አሃዳዊ</u> (unimodular) ይባላል። ቀደም ብለን እንዳቀረብነው የ0ሪክ መወስን በ det ወይም የ0ሪኩን ፊደል በሁለት ቋሚ እዝባሮች መካከል በማድረግ ይወከላል።

የ፪በ፪ 0ሪክ መወስን እንደሚከተለው ይገኛል።

$$\det \begin{bmatrix} a_{11} & a_{12} \\ a_{21} & a_{21} \end{bmatrix} = \begin{vmatrix} a_{11} & a_{12} \\ a_{21} & a_{22} \end{vmatrix}$$

$$= a_{11}a_{22} - a_{21}a_{12}$$

(ከግራ ላይ ወደ ቀኝ ታች ካሉት የሰያፍ ግብአቶች ብዜት ላይ ከግራ ታች ወደ ቀኝ ላይ ያሉትን ሰያፍ ግብአቶች ብዜት መቀነስ ነው።)

የትኛውም መጠን ያለው ካሬ 0ሪክ መወስን ለመፈለግ የላፕላሳዊ ዝርዝራ (Laplacian expansion)

እንጠቀማለን። እንደሚከተለው ነው። ዐሪክ $\mathbf{A} \vdots n \times n$ የሆነ ካሬ ዐሪክ ይሁን።

$$\mathbf{A} = \begin{bmatrix} a_{11} & a_{12} & a_{13} & \ldots & a_{1n} \\ a_{21} & a_{22} & a_{23} & \ldots & a_{2n} \\ a_{31} & a_{32} & a_{33} & \ldots & a_{3n} \\ \cdot & \cdot & \cdot & \cdot & \cdot \\ \cdot & \cdot & \cdot & \cdot & \cdot \\ \cdot & \cdot & \cdot & \cdot & \cdot \\ a_{n1} & a_{n2} & a_{n3} & \ldots & a_{nn} \end{bmatrix}$$

ወሳኙን በመጀመሪያው ረድፍ እንደሚከተለው መዘርዘር እንችላለን።

$$\det(\mathbf{A}) = \begin{vmatrix} a_{11} & a_{12} & a_{13} & \ldots & a_{1n} \\ a_{21} & a_{22} & a_{23} & \ldots & a_{2n} \\ a_{31} & a_{32} & a_{33} & \ldots & a_{3n} \\ \cdot & \cdot & \cdot & \cdot & \cdot \\ \cdot & \cdot & \cdot & \cdot & \cdot \\ \cdot & \cdot & \cdot & \cdot & \cdot \\ a_{n1} & a_{n2} & a_{n3} & \ldots & a_{nn} \end{vmatrix} = a_{11} \begin{vmatrix} a_{22} & a_{23} & \ldots & a_{2n} \\ a_{32} & a_{33} & \ldots & a_{3n} \\ \cdot & \cdot & \cdot & \cdot \\ \cdot & \cdot & \cdot & \cdot \\ \cdot & \cdot & \cdot & \cdot \\ a_{n2} & a_{n3} & \ldots & a_{nn} \end{vmatrix}$$

$$- a_{12} \begin{vmatrix} a_{21} & a_{23} & \ldots & a_{2n} \\ a_{31} & a_{33} & \ldots & a_{3n} \\ \cdot & \cdot & \cdot & \cdot \\ \cdot & \cdot & \cdot & \cdot \\ \cdot & \cdot & \cdot & \cdot \\ a_{n1} & a_{n3} & \ldots & a_{nn} \end{vmatrix} + \ldots \pm a_{1n} \begin{vmatrix} a_{21} & a_{22} & \ldots & a_{2(n-1)} \\ a_{31} & a_{33} & \ldots & a_{3(n-1)} \\ \cdot & \cdot & \cdot & \cdot \\ \cdot & \cdot & \cdot & \cdot \\ \cdot & \cdot & \cdot & \cdot \\ a_{n1} & a_{n3} & \ldots & a_{n(n-1)} \end{vmatrix}$$

ባጭሩ እንደሚከተለው ይጻፋል።

$$|A| = \sum_{i=1}^{n} a_{ij} C_{ij}$$

j ቢደጋገምም ቅሉ በዚህ አገባብ በj ላይ ድምራን አያመለክትም። C_{ij} እንደሚከተለው ይበየናል።

$$C_{ij} = (-1)^{i+j} M_{ij}$$

M_{ij} ንዑሳነ ዐሪክ (minors) ይባላሉ። የሚመሰረቱትም የዐሪኩን $i^{\tilde{s}}$ ረድፍና $j^{\tilde{s}}$ ዐምድ በማስወገድ ነው። ለምሳሌ ያህል በዚህ መንገድ የ፪በ፪ ዐሪክን መወስን እንደሚከተለው እናገኛለን።

$$\det \begin{bmatrix} a_{11} & a_{12} & a_{13} \\ a_{21} & a_{22} & a_{23} \\ a_{31} & a_{32} & a_{33} \end{bmatrix}$$
$$= a_{11}(-1)^{1+1} M_{11} + a_{12}(-1)^{1+2} M_{12}$$
$$+ a_{13}(-1)^{1+3} M_{13}$$

$$= a_{11} \begin{vmatrix} a_{11} & a_{12} & a_{13} \\ a_{21} & a_{22} & a_{23} \\ a_{31} & a_{32} & a_{33} \end{vmatrix} - a_{12} \begin{vmatrix} a_{11} & a_{12} & a_{13} \\ a_{21} & a_{22} & a_{23} \\ a_{31} & a_{32} & a_{33} \end{vmatrix}$$
$$+ a_{13} \begin{vmatrix} a_{11} & a_{12} & a_{13} \\ a_{21} & a_{22} & a_{23} \\ a_{31} & a_{32} & a_{33} \end{vmatrix}$$

$$= a_{11} \begin{vmatrix} a_{22} & a_{23} \\ a_{32} & a_{33} \end{vmatrix} - a_{12} \begin{vmatrix} a_{21} & a_{23} \\ a_{31} & a_{33} \end{vmatrix} + a_{13} \begin{vmatrix} a_{21} & a_{22} \\ a_{31} & a_{32} \end{vmatrix}$$

$$= a_{11}(a_{22}a_{33} - a_{32}a_{23}) - a_{12}(a_{21}a_{33} - a_{31}a_{23})$$
$$+ a_{13}(a_{21}a_{32} - a_{31}a_{22})$$

የዐሪክ ተዋሳኝ

የዐሪክ ተዋሳኞችን እንደሚከተለው እናገኛለን። የዐሪኩን $i^{ኛ}$ ረድፍና $j^{ኛ}$ ዐምድ በመሰረዝ የ$ij^{ኛ}$ውን ንዑስ ዐሪክ መወስን (M_{ij}) እናገኛለን። የ$ij^{ኛ}$ውን ንዑስ ዐሪክ መወስን በ$(-1)^{i+j}$ በማባዛት የዐሪኩን <u>ጓደ-ትንትን</u> (cofactor) እናገኛለን። የጓደ-ትንትኑን ዝውረት በመተግበር የዐሪኩን ተዋሳኝ ዐሪክ (adjoint) እናገኛለን።

$$adj(\mathbf{A}) = \begin{bmatrix} M_{11} & -M_{12} & M_{13} & \ldots & \pm M_{1n} \\ -M_{21} & M_{22} & -M_{23} & \ldots & \mp M_{2n} \\ M_{31} & -M_{32} & M_{33} & \ldots & \pm M_{3n} \\ \cdot & \cdot & \cdot & \cdot & \cdot \\ \cdot & \cdot & \cdot & \cdot & \cdot \\ \cdot & \cdot & \cdot & \cdot & \cdot \\ \pm M_{n1} & \mp M_{n2} & \pm a_{n3} & \ldots & M_{nn} \end{bmatrix}$$

የካይሌይ-ሃሚልተን አዋጅ

nxn መጠን ያለው ካሬ ዐሪክ $\mathbf{A}$ እናስብ። ከያንዳንዱ የዐሪኩ ዋና ሰያፍ ግብአቶች ላይ አንድ ዐይነት መለውጥ x ይቀነስ። የውጤቱን መወስን እንፈልግ። የዚህን ፍሊጋ እንደሚከተለው መጻፍ እንችላለን።

$$\det(\mathbf{A} - \mathbf{I}x) = \begin{vmatrix} a_{11} - x & a_{12} & a_{13} & \dots & a_{1n} \\ a_{21} & a_{22} - x & a_{23} & \dots & a_{2n} \\ a_{31} & a_{32} - x & a_{33} & \dots & a_{3n} \\ \vdots & \vdots & \vdots & \vdots & \vdots \\ a_{n1} & a_{n2} & a_{n3} & \dots & a_{nn} - x \end{vmatrix}$$

ይኸን ስንዘረዝረው የሚከተለውን ፖሊኖማዊ ቅምር ይሰጠናል፦

$$x^n + c_{n-1}x^{n-1} + \dots + c_0 = 0$$

ይህ እኩልዮሽ <u>ጠባየ ፖሊኖማዊ</u> (characteristic polynomial) ይባላል።

<u>የካይለይ-ሃሚልተን አዋጅ</u> እንዲህ ይላል። አንድን ካሬ ዐሪክ ለራሱ ጠባያዊ ፖሊኖማዊ $\det(\mathbf{A} - \mathbf{I}x)$ መሳዊ[33] ነው። ማለትም

$$\boldsymbol{A}^n + c_{n-1}\boldsymbol{A}^{n-1} + \dots + c_0\boldsymbol{I} = \boldsymbol{0}$$

የፖሊኖማዊው መመደቢያ ዕሴቶች <u>የዐሪኩ ኢተለዋዋሪኞች</u> (*invariants of the matrix*) ናቸው። ኢተለዋዋሪኞች (invariants) በቅንብር ሥርዓት ሹረት የማይለዋወጡ የዐሪኩ ዕሴቶች ናቸው።

---

[33] *መሳዊ የሚያቀልጥ ፤ አቅላጭ ፤ አጥፊ ኪ.ከ.*

ኢ.ውሉጠ 0ሪክ

የፒበፒ 0ሪክ ጠባያዊ ፖሊኖማዊ እንፈልግ፡፡

$$\det \begin{bmatrix} a_{11} - x & a_{12} & a_{13} \\ a_{21} & a_{22} - x & a_{23} \\ a_{31} & a_{32} & a_{33} - x \end{bmatrix} = 0$$

$$= (a_{11} - x)\{(a_{22} - x)(a_{33} - x)$$
$$- a_{32}a_{23}\}$$
$$-a_{12}\{a_{21}(a_{33} - x) - a_{31}a_{23}\}$$
$$+ a_{13}\{a_{21}a_{32} - a_{31}(a_{22}$$
$$- x)\}$$

$$= x^3 + (a_{11} + a_{22} + a_{33})x^2$$
$$+(a_{11}a_{22} + a_{22}a_{33} + a_{11}a_{33} - a_{12}a_{21}$$
$$- a_{23}a_{32} - a_{13}a_{31})x$$
$$-a_{11}a_{22}a_{33} - a_{12}a_{23}a_{31} - a_{13}a_{12}a_{32} +$$
$$a_{31}a_{22}a_{13} + a_{32}a_{23}a_{11} + a_{33}a_{21}a_{12} = 0$$

ይህን የፒበፒ 0ሪክ ጠባያዊ እኩልዮሽ ባጭሩ እንደሚከተለው መጻፍ እንችላለን፡፡

$$x^3 - I_1 x^2 + I_2 x - I_3 = 0$$

I_1 ፣I_2 እና I_3 የ0ሪኩ ኢ.ውሉጥ ሲሆኑ እንደሚከተለው ይጻፋሉ፡፡

$$I_1 = a_{11} + a_{22} + a_{33} = tr\mathbf{A}$$

$$I_2 = a_{11}a_{22} + a_{22}a_{33} + a_{11}a_{33}$$
$$- a_{12}a_{21} - a_{23}a_{32}$$
$$- a_{13}a_{31}$$
$$= \frac{1}{2}\{(tr\mathbf{A})^2 - tr(\mathbf{A}^2)\}$$

$$I_3 = a_{11}a_{22}a_{33} - a_{12}a_{21}a_{33}$$
$$+ a_{12}a_{31}a_{23}$$
$$+ a_{13}a_{21}a_{32}$$
$$- a_{13}a_{31}a_{22} = \det(\mathbf{A})$$

የዐሪክ ጠባያዊ ዕሴት እና ጠባያዊ ቀስት

የዐሪክ <u>ጠባያዊ ዕሴት</u> እና <u>ጠባያዊ ቀስት</u> ያልናቸው ፣ እንደቅደም ተከተላቸው የአንድን ዐሪክ eigenvalue እና eigenvector ነው፦ Eigen (አይገን) ከደች ቋንቋ የተወሰደ ቃል ነው ፣ የራስ ፣ የተለየ ፣ ጠባያዊ ፣ ባሕርያዊ ማለት ሊሆን ይችላል። የዐሪክን ጠባያዊ ዕሴትን እና ጠባያዊ ቀስትን መፈለግ በዐሪክ የትንተና ሥራ ጠቃሚ የሆነ ሒሳብ ነው።

ጠባያዊ ዕሴት

የዐሪክ ጠባያዊ ዕሴት የጠባያዊ ፖሊኖማዊው መፍትሄ ነው። አነስተኛ ማዕረግ (ርከን) ላላቸው ጠባያዊ ፖሊኖሚያሎች ፍቻቸውን በቀጥታ ሒሳባዊ ትንተና ማግኘት ይቻላል። ለምሳሌ የ2በ2 ፣ 3በ3 እና 4በ4 ዐሪካትን መፍትሄ በቀጥታ ማግኘት ይቻላል። የ2በ2 ዐሪክ ጠባያዊ ፖሊኖማዊ መፍትሄ መፈለግ ካዐባዊ እኩልዮሽ

(quadratic equation) ፍች መፈለግ ነው (ምዕራፍ ፰ን ተመልከት፡፡) የፒበፒ ዐሪከን ጠባያዊ ፍች ደግሞ የሃልሳዊ እኩልዮሽን ምፍትሔ መፈለግ ነው (ምዕራፍ ፰ን ተመልከት፡፡) የፒበፒ ዐሪከን ጠባያዊ ፖሊኖማዊ እንደሚከተለው መጸፍ እንችላለን፡፡

$$x^3 + c_2 x^2 + c_1 x + c_0 = 0$$

$$c_2 = -I_1 \ ፤ \ c_1 = I_2 \ ፤ \ c_0 = -I_3$$

መፍትሔዎቹ x_1 ፤ x_2 እና x_3 ቢሆኑ ፤ የሚከተሉት ጥዩቅ ናቸው፡፡

$$x_1 + x_2 + x_3 = -c_2 = I_1$$

$$x_1 x_2 + x_2 x_3 + x_1 x_3 = c_1 = I_2$$

$$x_1 x_2 x_3 = -c_0 = I_2$$

ፍጹም ደማር ዐሪከ እና ነጠላ ዐሪከ

ሁሉም ጠባያዊ እሴቶቹ ደማር የሆነ ዐሪከ <u>ፍጹም ደማር ዐሪከ</u> (positive definite matrix) ይባላል ፤ አንዱ ጠባያዊ ዕሴት አልቦ ከሆነ ደግሞ <u>ነጠላ ዐሪከ</u> (singular matrix) ይባላል፡፡

ጠባያዊ ቀስት

ጠባያዊ ዕሴቶች የሚገኙበት ቦታ ፤ ዐሪኩን በማሸር ሁሉም የዐሪኩ አባላት በዋናው ሰያፍ ላይ ሲሆኑ ከዚያ ውጭ ያሉት አባላት አልቦ የሆኑበት (ሰያፍ ዐሪከ ሲሆን) የምናገኘው ቦታ ነው፡፡ ጠባያዊ እሴቱ በትክከል ከታወቀ በኋላ ፤ ተያያዡ

የሆኑት ጠባያዊ ቀስቶች ጠባያዊ እሴቶቼ ያሚገኙበትን አቅጣጫ ያመለከታሉ። እንደሚከተለው ይገኛሉ። **A** ካሬ ዐሪክ ይሁን። λ^m ፣ m ኛው የዐሪኩ ጠባያዊ ዕሴት ይሁን። x_m ከ λ^m ጋር ተጓዳኝ የሆነ ጠባያዊ ቀስት ይሁን። ተከትሎም የሚከተለው ዝምድና እውን ነው።

$$\mathbf{A}x_m = \lambda^m x_m \qquad (18)$$

ይህን እኩልዮሽ በመተንተን ከያንዳንዱ ጠባያዊ ዕሴት ጋር ተጓዳኝ የሆኑ አሃድ ቀስት እንዲሆኑ የተከነዱ (normalized) ጠባያዊ ቀስቶችን ማግኘት ይቻላል።

ለእያንዳንዱ ጠባያዊ ዕሴት ተጓዳኝ የሆነ ጠባያዊ ቀስት አለ። ለ n በ n ዐሪክ n ጠባያዊ ቀስቶች አሉ። በመቀጠል ፣ ፈርጀ ግጥም ዐሪክ (symmetric matrix) ሁለት የተለያዩ ጠባያዊ ቀስቶቻቸውን እንበልና λ^r እና λ^sን እና ተጓዳኝ ጠባያዊ እሴቶቻቸውን እንደቅደም ተከተላቸው x_r እና x_s እናስብ። ከላይ በ ቀቁ. (18) የተቀመጠውን ሒሳባዊ ገለጻ በሴላኛው መፍትሄ ጠባያዊ ቀስት ዝውረት በማባዛት የሚከተለው ይገኛል።

$$x_s^T \mathbf{A} x_r = \lambda^r x_s^T x_r \qquad (19)$$

$$x_s^T \mathbf{A} x_r = \lambda^r x_s^T x_r \qquad (20)$$

በመቀጠል የቁ.(20) ዝውረት ከቁ.(19) ላይ በመቀነስ የሚከተለውን ዝምድና እናገኛለን።

$$x_s^T \mathbf{A} x_r - x_s^T \mathbf{A} x_r = \lambda^r x_s^T x_r - \lambda^s x_s^T x_r$$
$$= (\lambda^r - \lambda^s) x_s^T x_r = 0$$

$$\lambda^r - \lambda^s \neq 0 \ \text{በመሆኑ ምክንያት}$$

$$\boldsymbol{x}_s^T \boldsymbol{x}_r = 0 \ \vdots \ r \neq s \qquad (21)$$

ወደሚል ድምዳሜ ያደርሰናል። ማለትም የትኞቹም ሁለት ጠባያዊ ጠባያዊ ቀስቶች ርስበርሳቸው ምስቅ ናቸው። ጠባያዊ ቀስቶች ባብዛኛው ጊዜ እንደሚከተለው ይከነዳሉ (አሃዳዊ መጠን (unit magnitude) እንዲኖራቸው ይደረጋል።)

$$\boldsymbol{x}_s^T \boldsymbol{x}_r = 1 \ \vdots \ r = s \qquad (22)$$

በመቀጠልም ፣ ጠባያዊ ቀስቶችን በዐምድ በመደርደር እንደሚከተለው ዐሪክ $\boldsymbol{P}$ን እንመሰረታለን።

$$\boldsymbol{P}^T = (\boldsymbol{x}_1 \quad \boldsymbol{x}_2 \quad \boldsymbol{x}_3)$$

ቁ.(21) እና ቁ.(22)ን በመጠቀም$\boldsymbol{P}\boldsymbol{P}^T = \boldsymbol{I}$ መሆኑን ማረጋገጥ ይቻላል። ስለዚህ $\boldsymbol{P}$ ርቴዕጎናዊ ዐሪክ (orthogonal matrix) ነው ማለት ነው።

$$\boldsymbol{A}\boldsymbol{P}^T = (\lambda^1 \boldsymbol{x}_1 \quad \lambda^2 \boldsymbol{x}_2 \quad \lambda^3 \boldsymbol{x}_3)$$

ስለዚህም የሚከተለው ዉጤት እውን ነው።

$$\boldsymbol{P}\boldsymbol{A}\boldsymbol{P}^T = \begin{bmatrix} \lambda^1 & 0 & 0 \\ 0 & \lambda^2 & 0 \\ 0 & 0 & \lambda^3 \end{bmatrix}$$

ምዕራፍ ፱: ሶን-መወስቅ

መወስቅ (tensor) የቃሉ መሠረት ላቲን ሲሆን የሚለጠጥ[34] ማለት ነው። ይህ ስያሜ ለታሪካዊ ምክንያት የሆነ እንጅ የመወስቆች ተግባር መለጠጥ ማኮማተር ዐይነት የስሌት ዘርፎችን ለመሥራት ብቻ አይደለም። በብዙ ዐይነት ሒሳባዊ ስሌቶች ውስጥ ጥቅም ላይ የሚውሉ ናቸው። መወስቆች በቀስቶ ሥፍሮች ፣ በሥፋር ሥፍሮች ፣ በሌሎች መወስቆች መካከል ያሉ ቀጥተኛ ዝምድናዎች እንደ ነቁጣ ብዜት ፣ መስቀለኛ ብዜት ፣ የሁለትዮሽ ብዜት ፣ ወዘተ የመሳሰሉ ሶን-ሥፍራዊ ዝምድናዎች የሚከናወንባቸው ሒሳባዊ ትልሞች ናቸው። አንድን ፊዚካዊ ሁነት የሚገልጽ ቀመር ፣ ሒሳባዊ ትንተና በመረጥነው ካርተሳዊ ሦስቶሽ (Cartesian triad) ላይ ሊወሰን አይገባውም። ይህ አስፈላጊነት የመወስቆችን መዋቀር አስከትሏል። መወስቆች በመዋቅራቸው ውስጥ የቅንብር ሥርዓቶችን ይይዛሉ። በመሆኑም ከአንድ ካርተሳዊ ሦስቶሽ ወደ ሌላ ካርተሳዊ ሦስቶሽ የሚደረግ ሽግግርን (transformation) በቀላሉ ለመተግበር ምቹ እንዲሆኑ ያደርጋቸዋል።

---

[34] That which stretches

የአንድን መወስቅ ምንዝሮች (components) አሰላለፍ (አቀማመጥ) በመወስቁ ወካይ ፊደላት ግርጌ በሚከተቡ ታህታይ ወይም ላዕላይ ወይም የታህታይና የላዕላይ ድብልቅ ጠቋሚ ቁጥሮች (indices) ወይም የምልከት ጠቋሚ (ቁጥሮችን የሚወክሉ) ይገለጻል። የአንድን ምንዝር ሥፍራ በብቸኝነት (uniquely) ለመወሰን የሚያስፈልጉ የጠቋሚ ቁጥሮች ብዛት የመወስቁን ርከን (rank ፣ degree ፣ order) ይባላል።

ሥፉር ሥፍሮችን ማሰለፍ አያስፈልገንም ፣ ስለዚህም ምንም ጠቋሚ ቁጥር ፣ ምልከት አያስፈልገንም። በመሆኑም ሥፉር ሥፍሮች ርከን አልቦ መወስቆች ይባላሉ።። ቀስቶ ሥፍሮችን በአንድ ጠቋሚ ቁጥር ወይም ሥዕል ማቅረብ ይቻላል ፣ ለምሳሌ a_j ፣ $(j = 1,2,3,\dots m)$። ስለዚህም ቀስቶ ሥፍሮች የመጀመሪያ ርከን መወስቆች ናቸው ማለት ነው። በቀስቶ ሥፍሮች የሁለትዮሽ ብዜት ወደ ሁለተኛ ርከን መወስቆች ደርሰናል። ዐሪካትም የሁለተኛ ርከን መወስቆች ናቸው። የሁለተኛ ርከን መወስቆች አባላት ሁለት ጠቋሚዎች ይደረግባቸዋል። ለምሳሌ a_{11} ፣ a_{12} ፣ a_{13} ፣ … ። ባጠቃላይም በአመልካች የአጻጸፍ ዘዴ (በቅርጸ አመልካች-index form) a_{ij} ተብለው ይጻፋሉ ፣ $(i = 1,2,3\dots n)$ እና $(j = 1,2,3\dots m)$።

መሠረታዊ አሃድ ቀስት በካርተሳዊ የቅንብር ሥርዓት

ለአውታረ- famiglia ቦታ የካርተሳዊ ሥርዓት ቅንብር የቀኝ ርቱዕነናዊ መስራች አሃድ ቀስቶች ቅንብር (right hand orthogonal base vectors) ነው። የቀኝ ርቱዕነናዊ አሃድ ቀስቶች ስንል የቀኝ እጅ መሪነትን የሚከተሉ አሃድ ቀስቶች ቅንብር ለማለት ነው። እንበልና እኒህን መሠረታዊ ቀስቶች በe_i፣ $(i = 1,2,3)$ ቢወከሉ ፣ የቀኝ እጅ ከመጀመሪያው መሠረታዊ አሃድ ቀስት e_1 ወደ ሁለተኛው መሠረታዊ አሃድ ቀስት e_2 ቢጨልጥ ፣ አውራ ጣት ወደ ሦስተኛው አሃድ ቀስት e_3 ያመለክታል ፤ ባጭሩ

$$e_1 \times e_2 = e_3።$$

ከሁለተኛው ወደ መጀመሪያው ቢጨልጥ አውራጣት ቀድሞ ካሳየበት አቅጣጫ በተቃራኒ ያሳያል ፤

$$e_2 \times e_1 = -e_3።$$

ለምሳሌ ቀስቶ ሥፍር $\boldsymbol{a}$ አንድ ነጥብ እንበልና P ከO አንጸር ያለው ሥፍራዊ ቀስቶ (position vector) ይሁን። የዚህ ቀስቶ ሥፍር ምንዘሮች a_1 ፣ a_2 እና a_3 በe_i፣ $(i = 1,2,3)$ የቅንብር ሥርዓት የምናገኛቸው የP ቅንብሮች ናቸው። የ$\boldsymbol{a}$ መጠን የOP ርዝመት ነው። ቀስቶ ሥፍር $\boldsymbol{a}$ እንደሚከተለው ይጻፋል።

$$\boldsymbol{a} = a_i e_i \ (i = 1,2,3)$$

የአንስታይንን የድመራ ስምምነት[35] ተጠቅመናል (የግርጌ ማስታወሻውን ተመልከት።) እንደዚሁም ይኸው ቀስቶ ሥፍር በሁለተኛ የቅንብር ሥርዓት $\bar{e}_i$ $(i = 1,2,3)$ በመወስቅ አጸጻፍ $\bar{a}_i$ ምንዘሮች ይኑሩት። ስለዚህም

$$\boldsymbol{a} = \bar{a}_i\bar{e}_i \qquad (23)$$

ሁለተኛውካርተሳዊ መስራች አዛድ ቀስቶች $\bar{e}_i$ የመጀመሪያውን በመነሻ ነጥብ O ዙሪያ በማዞር የተገኘ ተደርጎ ሊወሰድ ይቻላል።

$$\bar{e}_i = M_{ij}e_j \text{ እና } e_i = M_{ji}\bar{e}_j = M_{ij}^T\bar{e}_j \ (24)$$

ሁለተኛ ደረጃ የማሽሪያ ዐሪክ (ርቁዕንናዊ ዐሪክ) ሲሆን ማለትም

$$M_{ij}M_{kj} = \delta_{ik} \text{ (በአመልካች ቅርጽ)፣}$$

$$\mathbf{MM}^T = \boldsymbol{I}\text{(በዐሪክ ቅርጽ)}$$

δ_{ij} ክሮኔከር ዴልታ ይባላል። ስያሜውን ያገኘው ፣ ከጀርመናዊው የሒሳብ ተመራማሪ ሊዮፓልድ ክሮኔከር ነው። ክሮኔከር ዴልታ የሁለት መቀጠሪያ መለውጦች

____

[35]የአንስታይን የድመራ ስምምነት የቀስተኛ ስፍርን ፣ የዐሪከን ፣ ባጠቃላይም ቴንሰሮችን የመደመር አገላለጽን ለማቅለል በአንስታይን የተፈለሰፈ የአጸጻፍ ዘዴ ነው። http://mathworld.wolfram.com/EinsteinSummation.html
፩) ተደጋጋሚ አመልካቾች በውስጠታዋቂነት ይደመራሉ።
፪) አንድ አመልካች በአንድ ድማሪ ውስጥ ከሁለት ጊዜ በላይ መደገም የለበትም።
፫) እያንዳንዱ ድማሪ ያልተደገገው አንድ ዐይነት አመልካቾች ሊይዙ ይገባል። ለምሳሌ$a_{ii} = \sum_i a_i a_i$ ፣ $a_{ik}a_{ij} = \sum_i a_{ik}a_{ij}$ ፣ $M_{ij}a_j = \sum_j M_{ij}a_j$

(integer variables) እንበልና i እና j ቅምር ነው፡፡ እንደሚከተለው ይጻፋል፡፡

$$\delta_{ij} = \begin{cases} 0, i \neq j \\ 1, i = j \end{cases}$$

ክሮኔከር ዴልታ ብዙ የመወስቅ ትንተናዎችን ባጭር ለመጻፍ ያስችላል፡፡

ቀ.ቁ. (24)ን ቀ.ቁ.(23) ውስጥ በመተካት

$$\boldsymbol{a} = a_j e_j = \bar{a}_i M_{ij} e_j$$

ስለዚህ የ$\boldsymbol{a}$ ምንዘሮች ከተለያዩ ካርተሳዊ ሥስቶሽች አንጻር

$$a_j = \bar{a}_i M_{ij} \; ፤ \; \bar{a}_j = a_i M_{ji}$$

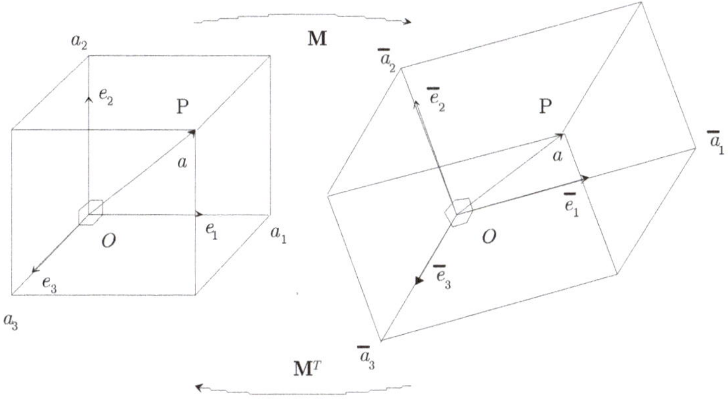

ነቁጣ ብዜት

በሁለት የመጀመሪያ ርከን መወስቆች መካከል የሚደረግ ነቁጣ ብዜት እንደሚከተለው ባጭሩ ይጻፋል፦

$$a \cdot b = a_i e_i \cdot b_j e_j = a_i b_i \; ፤ \; e_i \cdot e_j = \delta_{ij}$$

መስቀለኛ ብዜት

በሁለት የመጀመሪያ ርከን መወስቆች መስቀለኛ ብዜት እንደሚከተለው ባጭሩ ይጻፋል፦

$$a \times b = \varepsilon_{ijk} e_i a_j b_k$$

$\varepsilon_{ijk}(i = 1,2,3, j = 1,2,3, k = 1,2,3)$ ቀያያሪ ወይም የሌቪ-ሲቪታ[36] ምልከት ይባላል፦ ተግባሩን ለማስታወስ ε_{i1j2k3} አድርጎ በመጻፍ የተሻለ ግንዛቤን መጨበጥ ይቻላል፦ የትኞቹም ሁለት አመልካች ቁጥሮች እኩል ከሆኑ የቀያያሪው ዕሴት አልቦ ይሆናል፦ ለምሳሌ $\varepsilon_{11k} = \varepsilon_{1j1} = \varepsilon_{i11} = 0$፦ ሁለት አመልካች ቁጥሮች ቦታ ከተቀያየሩ የቀያያሪው ዕሴት አንድ የሆናል፦ ለምሳሌ $\varepsilon_{213} = \varepsilon_{211233} = 1$፦ በተረፈው ሁኔታ ቀናስ አንድ ይሆናል፦ ለምሳሌ $\varepsilon_{213} = \varepsilon_{111332} = -1$፦

---

[36] ሌቪ-ሲቪታ ጣሊያናዊን የፊዚካና የሒሳብ ተመራማሪ ነበር፦

የሥለስቶሽ ብዜት

በሦስት ቀስቶ ሥፍሮች መካከል የሚደረግ የሥለስቶሽ
ብዜት እንደሚከተለው ይቀመጣል።

$$(\boldsymbol{a} \times \boldsymbol{b}) \cdot \boldsymbol{c} = \varepsilon_{jki} a_j b_k c_i$$

$$= \det[\boldsymbol{a} \quad \boldsymbol{b} \quad \boldsymbol{c}]$$

ተከትሎም

- $(e_i \times e_j) \cdot c_k = \varepsilon_{ijl} e_l \cdot e_k = \varepsilon_{ijk}$
- $(\boldsymbol{a} \times \boldsymbol{b}) \cdot \boldsymbol{c} = \boldsymbol{c} \cdot (\boldsymbol{a} \times \boldsymbol{b}) = \boldsymbol{b} \cdot (\boldsymbol{c} \times a)$
- $\boldsymbol{a} \cdot (\boldsymbol{b} \times \boldsymbol{c}) = (\boldsymbol{a} \times \boldsymbol{b}) \cdot \boldsymbol{c}$
- $\boldsymbol{a} \cdot (\boldsymbol{b} \times \boldsymbol{c}) = -\boldsymbol{a} \cdot (\boldsymbol{c} \times \boldsymbol{b}) = -\boldsymbol{b} \cdot (\boldsymbol{a} \times \boldsymbol{c}) = -\boldsymbol{c} \cdot (\boldsymbol{b} \times \boldsymbol{a})$
- $\boldsymbol{a} \cdot (\boldsymbol{a} \times \boldsymbol{b}) = \boldsymbol{a} \cdot (\boldsymbol{b} \times \boldsymbol{a}) = \boldsymbol{b} \cdot (\boldsymbol{a} \times a) = 0$

$$(\boldsymbol{a} \times \boldsymbol{b}) \times \boldsymbol{c} = \varepsilon_{ijk} e_i (e_{jpq} a_p b_q) c_k$$

$$= \varepsilon_{ijk} e_{jpq} e_i a_p b_q c_k$$

$$= (\delta_{kp} \delta_{iq}$$

$$- \delta_{kp} \delta_{ip}) e_i a_p b_q c_k$$

$$= (a_k b_i c_k - a_i b_k c_k) e_i$$

$$= (\boldsymbol{a} \cdot \boldsymbol{c}) \boldsymbol{b} - (\boldsymbol{b} \cdot \boldsymbol{c}) \boldsymbol{a}$$

$$\boldsymbol{a} \times (\boldsymbol{b} \times \boldsymbol{c}) = \varepsilon_{ijk} e_i a_j (e_{kpq} b_p c_q)$$

$$= \varepsilon_{kij} e_{kpq} e_i a_j b_q c_q$$

$$= (\delta_{ip}\delta_{jq} - \delta_{iq}\delta_{jp})e_i a_j b_p c_q$$

$$= (a_j b_i c_j - a_j b_i c_i)e_i$$

$$= (\boldsymbol{a}\cdot\boldsymbol{c})\boldsymbol{b} - (\boldsymbol{a}\cdot\boldsymbol{b})\boldsymbol{c}$$

የካሬ ዐሪክ መወስን በመወስቅ አጻጻፍ

የካሬ ዐሪክ እንበልና $\mathbf{A}$ መወስን እንደሚከተለው ባጭሩ ይጻፋል፦

$$\det(\mathbf{A}) = \frac{1}{6}\varepsilon_{ijk}\varepsilon_{mpq}a_{im}a_{jp}a_{kq}$$

ለ፫በ፫ ዐሪክ

$$\det(\mathbf{A})$$
$$= \varepsilon_{123}a_{11}a_{22}a_{33} + \varepsilon_{231}a_{21}a_{32}a_{13}$$
$$+ \varepsilon_{312}a_{31}a_{12}a_{23} + \varepsilon_{213}a_{21}a_{12}a_{33}$$
$$+ \varepsilon_{132}a_{11}a_{32}a_{23} + \varepsilon_{321}a_{31}a_{22}a_{13}$$
$$= \sum_{i}^{3}\sum_{j}^{3}\sum_{k}^{3}\varepsilon_{ijk}a_{i1}a_{j2}a_{k3}$$
$$= \varepsilon_{ijk}a_{i1}a_{j2}a_{k3}$$

ዷኝ ርከን መወስቆች

ዷኝ ርከን መወስቅ የሚከተለውን ይመስላል፦

$$\mathbf{A} = A_{ij}e_i \otimes e_j = \bar{A}_{ij}\bar{e}_i \otimes \bar{e}_j$$

$$\mathbf{A} = \mathbf{M}^{\mathrm{T}}\bar{\mathbf{A}}\mathbf{M}$$

⊗ቀስቶ ሥፍሮችን ስንመለከት የበየነው የሁለትዮሽ ብዜት ነው፡፡ለዚህም መዋስቅ ብዜትም በመባል ይታወቃል፡፡

ከፍተኛ ርከን መዋስቆች

ሁለተኛ ርከን መዋስቆችን በሁለትዮሽ በማባዛት ከፍተኛ ደረጃ መዋስቆችን መገንባት እንችላለን፡፡ በሒሳባዊ አመክንዮ ፤ n ርከን መዋስቆች ሊዋቀሩ ይችላሉ፡፡ ከፍተኛ ርከን ያላቸው መዋስቆች ብዙ ጠቀሜታ አላቸው፡፡ ለምሳሌ በኮንቲነም ሜካኒካ ፤ በአጠቃላይ የአንጻራዊነት ንድፈ ሐሳብ ፤ ወዘተ የሁለተኛ ደረጃና ከዚያ በላይ ያሉ መዋስቆችን እንጠቀማለን፡፡ መዋስቆች በሥፊው ሐተታ ሊደረግባቸው የሚገባ የሥነስሌት ዘርፎች ናቸው፡፡ ብዚህ ዕትም ግን በሚገባቸው ሥፋት አላየናቸውም፡፡

ምዕራፍ ፭: ሥነ-ጥጌት ፣ ሥነ-ልውጠት እና ለውጣዊ ዝምድናዎች

አስከትለን በቅምሮች ላይ ከሚደረጉ ሥነ-ስሌቶች ውስጥ የጥጌት ፣ የልውጠት እና **ለውጣዊ ዝምድናዎች**ን እንመለከታለን። የእነዚህ ሒሳባዊ ስሌቶች አስነሽ ከሆኑት ነውተን ፣ ላይብኒዝ እና ኮቺ ተጠቃሾች ናቸው (ሐውኪንግ, 2005; ነውተን, ፲፮፻፹፯)።

ጥጌት

እንበልና $y = f(x)$ የx ቅምር ቢሆን x ወደ አንድ ዕሴት ሲቀርብ y ምን ዕሴት እንደሚኖረው ለማሰብ የሚጠቅመን ሒሳባዊ ክንዋኔ **ጥጌት**[37] ይባላል። ቀደም ብለን $f(x) = 1/x$ ተመልክተናል። እንደተመለከትነው የx ዕሴት ወደ አልቦ ሲጠጋ ፣ የ$f(x)$ ዕሴት ወደ የትየለሽ ይኼዳል። ይህ አባባል እንደሚከተለው ይገለጻል።

$$x^+ \rightarrow 0 \; \vdots \; f(x) \rightarrow \infty$$

ከመለውጡ በላይ የተቀመጠው ትዕምርት መደመር (+) መነሻውን (አልቦን) የሚቀርበው ከደማር ቁጥሮች በኩል

---

[37] Limit (ቅርበት ፣ ተቅራቦት)

መሆኑን ለማመልከት ነው። ከቀናስ ቁጥሮች በኩል ቢሆን የመቀነስ ምልክት ይደረግ ነበር። በቀስት መልክ የሚታየው ትዕምርት (→) ሲጠጋ[38] ተብሎ ይነበባል። ከምልክቱ በግራ ያለው ገለጻ ፤ መጠን ከምልክቱ በቀኝ ወዳለው ሲጠጋ ፤ ሲቀርብ ማለት ነው።

ጥጌት በ

$$\lim_{x \to a} f(x)$$

ይወከላል። በአማርኛ እንደሚከተለው ልንጽፈው እንችላለን። ጥጌት $f(x)$ $\lim_{x \to a}$ ወይም ጥጌት $- f(x | x \to a)$።

x ወደ a ሲቀርብ የ$f(x)$ ውጤት ወደ ምን እንደሚቀርብ ለማጠየቅ የሚያገለግል የስሌት ዘይቤ ነው። ለምሳሌ $x^+ \to 0$ ፤ $f(x) = \frac{1}{x} \to \infty$ በጥጌት እንደሚከተለው ይጻፋል።

$$\lim_{x^+ \to 0} (1/x) \to \infty$$

እንደዚሁም: -

- $\lim_{x^+ \to \infty} (1/x) \to 0$ ፤
- $\lim_{x^- \to 0} (1/x) \to -\infty$ ፤

---

[38] goes to

- $\lim\limits_{x \to -\infty} (1/x) \to 0$።

ወደፊት እንደምንመለከተው ፤ ጥጌት ብዙ ፋይዳ ያለው የሒሳብ መተግበሪያ ነው።

ልውጠት

ስለ ቅምሮች በጥቂቱ ከተመለከትን ፤ በመቀጠል የሚከተለውን ጥያቄ መጠየቅ ተገቢ ይሆናል። እንበልና $z = f(x, y)$ቢኖረን ፤ x ጥቂት በመለወጡ ፤ z በምን ያህል ይወጣል ፤ ይወርዳል ፤ yስ ጥቂት ሲለወጥ z በምን ያህል ይወጣል ይወርዳል ብለን ልንጠይቅ

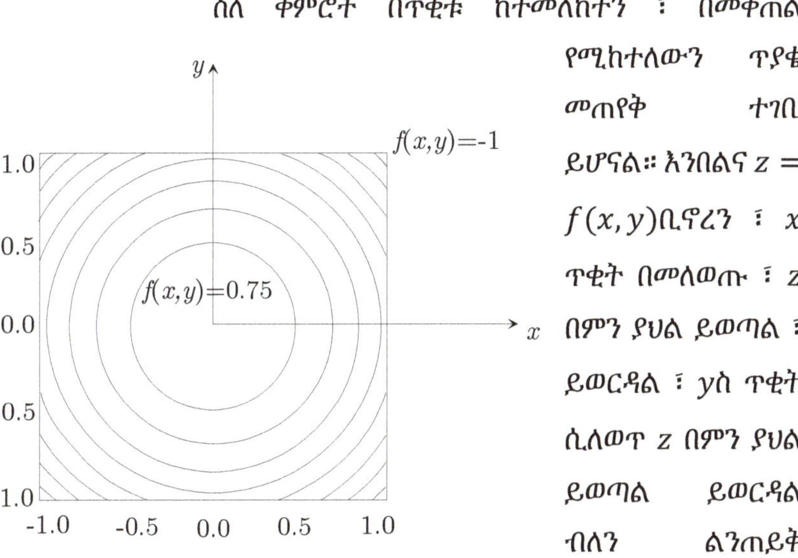

እንችላለን። ይኸን በደመምሳው ለመገምገም የርከን ትልሙን መመልከት ሊረዳ ይችላል። ለምሳሌ በቀኝ በኩል የሚታየውን የርከን ትልም እንውሰድ። ርከን ትልሙ የተሠራው ለሚከተለው ቅምር ነው።

$$z = f(x, y) = 1 - x^2 - y^2$$

ከምስሉ እንደምንረዳው x ሲጨመር z እየቀነሰ ይሄዳል ፤ y ሲጨምርም እንዲሁ z እየቀነሰ ይሄዳል። የተከታታይ ርከን ትልሞች የርስበርስ ርቀት እየቀነሰ ይሄዳል። ስለዚህ

z እየቀነሰ ሲሄድ ወይም x እና y በቅንብር ሥርዓቱ ላይ በቀናስም በደማግርም በኩል ከዐልቦ እየራቁ በሄዱ ቁጥር አውታረ-ኗ ትልሙ ተዳፋት እየጨመረ እንደሚሄድ መረዳት ይቻላል። በቅርጽም የተደፋ ቅርጫትን እንደሚመስል መረዳት ይቻላል። ጥያቄውን ከዚህ በተሻለ መመለስ አንችልም ወይ? እንችላለን። በርግጥ x ወይም y ወይንም ሁለቱም (x እና y) የሆነ ያህል ሲለወጡ z ምን ያህል እንደሚለወጥ በትክክል ማስላት እንችላለን። ለዚህም የከፊል **ልውጠትን** ሒሳባዊ አስተሳሰብ እና ትግበራ መጠቀም ያስፈልገናል። የዚህ የስሌት መርህና አተገባበር ምንድነው? ቀጥለን የምንመለከተው ይሆናል።

አስቀድመን የሚከተሉትን ሁለት ብይኖች እናስቀምጥ።

- D —ልዩነት (difference): - በግሪክ ፊደል Δ (ዴልታ ፣ ግእ፡ ድልት ፣ ዳሌጥ) ይወከላል። ለምሳሌ x የቦታ መለውጥ ቢሆን Δx በሁለት የቦታ ነጥቦች መካከል ያለ ርቀት ነው። ወይም ሁለቱን ነጥቦች የሚያለያያቸው የቦታ ሥፍር ነው። ለምሳሌ ሁለቱ ነጥቦች በጋራ የቅንብር ሥርዓት በቅንብር ዕሴቶች x_1 እና x_2 ቢገለጹ $\Delta x = x_2 - x_1$ ይሆናል። ስዕላዊ መገለጫ ን ተመልከት።

- d —ልዩነት (differential): - $x_2 - x_1$ ትንሽ ከምንለው ያነሰ ልዩነት ቢሆን በልማድ በግሪኩ ፊደል ከመገለጽ ይልቅ በላቲን ፊደል d (ዲ) ይወከላል። ይህንን ኢምንት ልዩነት እንበለው ወይም (d —ልዩነት) እንበለው። ስለዚህ በሁለት ነጥቦች

ኢምንት ቦታ መለያየታቸውን ለማጠየቅ dx ወይም ኢምንት የጊዜ ልዩነት ቢኖራቸው dt (t የጊዜ መለውጥ ቢሆን) ይሆናል ማለት ነው።

የባለአንድ መለውጥ ቅምር ልውጠት

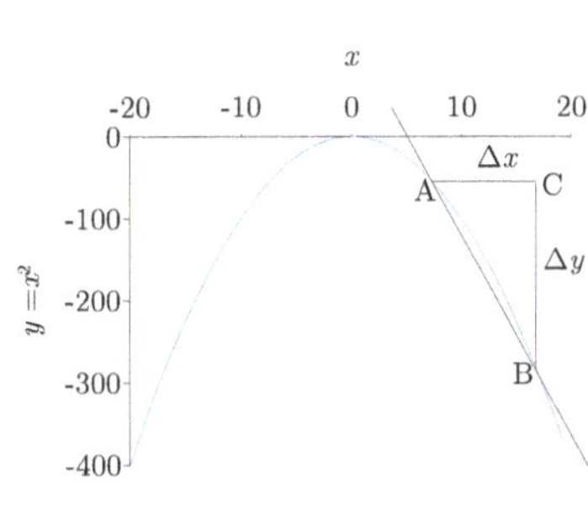

በቀኝ በኩል ያለውን ሥዕል ተመልከት/ቹ። Δ -ልዩነት በሥዕሉ እንደተመለከተው በከርቡ ላይ ባሉ ሁለት ነጥቦች እንበልና A እና B መካከል ያለ ርቀት ነው። በx —አውታር ($\Delta x = \overline{AC}$) ፤ በy — አውታር ($\Delta y = \overline{CB}$)። የΔy ን እና የΔxን ንጽር ብንወስድ ፤ የቀጤ መሥመር $\overline{AB}$ን

ተዳፋት (m_{AB}) ይሰጠናል።

$$m_{AB} = \frac{\Delta y}{\Delta x} = \frac{f(x + \Delta x) - f(x)}{\Delta x}$$

በማስከተልም ለዚሁ ይረዳን ዘንድ አንድ መለውጥ ያለውን ቅምር ፤ እንበልና $f(x) = 1 - x^2$ን እንውሰድ።

$$y = f(x_0 + \Delta x) = y_0 + \Delta y$$
$$= 1 - (x_0 + \Delta x)^2 \quad = 1 - (x_0)^2 - 2x_0\Delta x - (\Delta x)^2$$

አስከትለንም

$$y_0 = y(x_0) = 1 - (x_0)^2$$

መሆኑን ስለምናውቅ

$$\Delta y = f(x_0 + \Delta x) - f(x_0)$$
$$= -2x_0\Delta x - (\Delta x)^2$$

በማቀናበር እንደሚከተለው መጽፍ ይቻላል።

$$\frac{\Delta y}{\Delta x} = \frac{f(x_0 + \Delta x) - f(x_0)}{\Delta x}$$
$$= -2x_0 - \Delta x$$

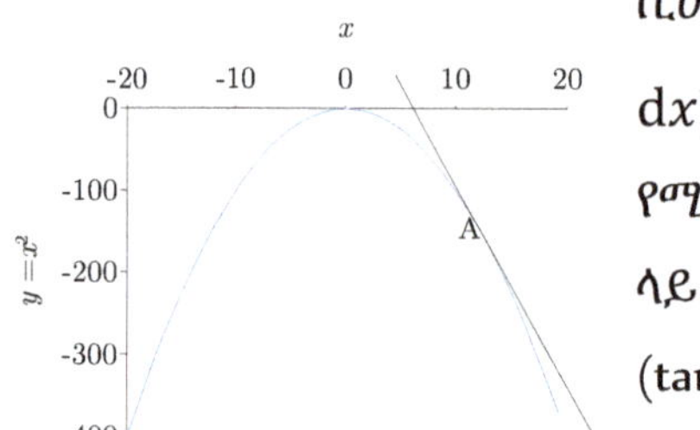

Δx በጣም እያነሰ ሄዶ ከምናስበው ትንሽ ልዩነት ያነሰ ሲሆን ወይም ኢምንት[39] ሲሆን ($\Delta x \to dx$) ፤ ቀጤ መሥመር $\overline{AB}$ ከርቡን የሚነካ ይሆናል ፤ ከርቡን አንድ ነጥብ ላይ ብቻ የሚነካ የከርቡ **ታካኪ** (tangent) ይባላል።

የከርቡ ታካኪ ተዳፋት (m_T) የሆነ ቀጤ መሥመር እንደሚከተለው በጥጌት ስሌት ይቀመጣል።

$$m_T = \frac{dy}{dx}$$
$$= \lim_{\Delta x \to 0} \frac{f(x + \Delta x) - f(x)}{\Delta x}$$

---

[39] «**ኢምንት** ፤ ባዶ የሌለ ፤ ያልነበረ ፤ እያለ መኖሩ የማይታሰብ» ኪዳ. ከፍ. መጽሐፈ ስዋስው።

ይህ ውጤት የለውጥ ወዲር ነው፡፡ በየትኛውም የከርቡ ነጥብ ላይ ታካኪ የሆነ መሥመርን ተዳፋት-ተቃናት ይሰጠናል፡፡

ከላይ ለተመለከትነው ምሳሌ $f(x) = 1 - x^2$ የሚከተለውን ውጤት እናገኛለን፡፡

$$m_T = \lim_{\Delta x \to 0} (-2x_0 - \Delta x) = -2x_0$$

አጸጻፍ: በዓረፍተ ነገሮች ውስጥ ለመግለጽ እንዲያመች የሙሉ ልውጠትን የመተግበሪያ ትዕምርት d_x —ልውጠት በሚል ባዮኮር እንጽፋለን፡፡ በታህታይ የሚቀመጠው ልውጠቱን የምናሰላው ቅምር ነጻ መለውጥ ነው፡፡

የውስብስብ ቅምሮችን የልውጠት ሒሳብ የምንሰራባቸው የተለያዩ ዘዴዎች አሉ፡፡ የአንድ ወይም ሁለት ተመሳሳይ መለውጦች ቅምር የሆኑ ሁለት ቅምሮች ለምሳሌ f እና g ቢኖሩን ፤ የሚከተሉት የስሌት ሕጎች እውን ናቸው፡፡

$$\mathrm{d}(f + g) = \mathrm{d}f + \mathrm{d}g$$
$$\mathrm{d}(f - g) = \mathrm{d}f - \mathrm{d}g$$
$$\mathrm{d}(fg) = f\mathrm{d}g + g\mathrm{d}f$$
$$\mathrm{d}(f/g) = (f\mathrm{d}g - g\mathrm{d}f)/g^2$$

የስንስል ልውጠት መርህ[40] - ሌላው ጠቃሚ የልውጠት ስሌት ዘዴ ነው፡፡ ከመደበኛ የማካፈል ሕግ እምብዛም አይለይም፡፡ ለምሳሌ y በx ላይ ጥገኛ ቢሆን x ደግሞ በz

---

[40] Chain rule

ላይ ጥገኛ ቢሆን በስንስል ልውጠት መርህ የሚከተለው ዝምድና እውነት ነው ይላል::

$$\frac{\mathrm{d}y}{\mathrm{d}z} = \frac{\mathrm{d}y}{\mathrm{d}x}\frac{\mathrm{d}x}{\mathrm{d}z}$$

ከፊል-ልውጠት

ከፊል-ልውጠት[41] አንድ ጥገኛ መለውጥ ከአንድ በላይ የሆኑ ነጻ መለውጦች ቅምር ሊሆን ይችላል:: ጥገኛው ከአንዱ ነጻ መለውጥ አንጻር ያለውን ልውጠት ለማስላት ስንፈልግ ከፊል-ልውጠት እንጠቀማለን:: እንበልና $y = f(x, z, \ldots)$ ቢኖረን የy ከፊል-ልውጠት ከx አንጻር በ$\frac{\partial y}{\partial x}$ ይወከላል:: $\frac{\partial}{\partial x}$- የከፊል-ልውጠት ስሌት ከመለውጥ x አንጻር ማለት ነው:: ሌሎቹ መለውጦች ሳይለወጡ በx መለወጥ ብቻ የተገኘ የy መለወጥ ማለት ነው:: ትዕምርቱን $\partial -$ «ከፊል»[42] እንለዋለን::

አጽጾፍ:- በዓረፍተ ነገሮች ውስጥ ለመግለጽ እንዲያመች የከፊል ልውጠትን የመተግበሪያ ትዕምርት ∂_x —ልውጠት በሚል ባጭሩ እንጽፋለን:: በታህታይ የሚቀመጠው ልውጠቱን የምናሰላው ቅምር ነጻ መለውጥ ነው::

---

[41] Partial differentiation
[42] Partial

ድርብርብ ልውጠት

በአንድ ቅምር ላይ ሙሉ ወይም ከፊል ልውጠትን ደራርበን ልንፈጽም እንችላለን። ይህን የስሌት ተግባር ድርብርብ ልውጠት ብለነዋል። ለዚሁም የሚከተለውን ትዕምርት እንጠቀማለን

$$\mathrm{d}_x^n \text{ ፤ } \partial_x^n$$

በላዕላይ የተመለከተው ለምን ያህል ጊዜ ከፊል ወይም ሙሉ ልውጠት እንደምንተገበር የሚያሳይ ነው። አንድን ቅምር ለn ጊዜ ያህል ልውጠት መተግበር ማለት ነው። ከየትኛው መለውጥ አንጻር ልውጠት እንደምንፈጽም ለማሳየት ፊደሉን በታህታይ እናሳያለን። ቅምር y ላይ ከx አንጻር n ጊዜ ልውጠት ተግብር ማለት ነው። ለምሳሌ

$$\partial_x^n y = \frac{\partial^n y}{\partial x^n} \text{ ፤ } \mathrm{d}_x^n y = \frac{\mathrm{d}^n y}{\mathrm{d}x^n}$$

ድርብርብ ልውጠት ከአንድ በላይ በሆኑ መለውጦች ላይ መተግበርም ይቻላል። እንደሚከተለው።

$$\partial_{xz}^2 y = \frac{\partial^2 y}{\partial x \partial z} = \frac{\partial}{\partial x}\left(\frac{\partial y}{\partial z}\right) \text{ ፤}$$

$$\mathrm{d}_{xz}^2 y = \frac{\mathrm{d}^2 y}{\mathrm{d}x \mathrm{d}z} = \frac{\mathrm{d}}{\mathrm{d}x}\left(\frac{dy}{dz}\right)$$

ሙሉ ልው·ጠት

የአንድ ቅምር ሙሉ ልው·ጠት ቅምሩ ላይ ተጽእኖ ሊያሳድሩ የሚችሉ ግብአቶችን ለው·ጦች ሁሉ የያዘ ነው·። $f(x, y, z)$ የሦስት መለው·ጦች የx ፤ የy እና የz ቅምር ይሁን። የ$f(x, y, z)$ ሙሉ ልው·ጠት እንደሚከተለው· ይገኛል።

$$\mathrm{d}f = \frac{\partial f}{\partial x}\,\mathrm{d}x + \frac{\partial f}{\partial y}\,\mathrm{d}y + \frac{\partial f}{\partial z}\,\mathrm{d}z$$

$\mathrm{d}f$ ከΔf ጋር አንድ ዐይነት አለመሆኑን ልብ ማለት አስፈላጊ ነው·።

- ኢ·ምንት ልው·ጠቶች (d-ልው·ጠቶች) ቦታ ያኸ እንጅ ቁጥሮች አይደሉም።
- d በΔ ሲ·ተካ የታካኪ ጠለሉን ተቃረብ እናገኛለን።
- የ x ፤ የy እና የz ልው·ጠት f ላይ ያላቸውን ተጽእኖ ያሳያል።
- x ፤ yእና z የጊዜ ቅምር ሲ·ሆኑ ፤ በኢ·ምንት የጊዜ ልው·ጠት ($\mathrm{d}t$) በማካፈል የቅምሩን ፍጥነ ልው·ጠት ማግኘት ይቻላል። Δf ን በΔt ማካፈል እንችላለን። ምክንያቱም Δ -ልይነቶች ቁጥሮች ናቸው·።

$$\frac{\Delta f}{\Delta t} \approx \frac{\partial f}{\partial x}\frac{\Delta x}{\Delta t} + \frac{\partial f}{\partial y}\frac{\Delta y}{\Delta t} + \frac{\partial f}{\partial z}\frac{\Delta z}{\Delta t}$$

በመቀጠልም $\Delta t \to 0$ የሚከተለው·ን ጥጌት እንተገብራለን። ጥጊ (**ቅኑ·ብ**) (approximate) $\approx$

በምልክቱ በቀኝ በኩል የተጻፈው እና በምልክቱ በግራ
በኩል የተጻፈው ተቀራራቢ ናቸው።

$$\lim_{\Delta t \to 0} \frac{\Delta f}{\Delta t} = \frac{\partial f}{\partial x} \lim_{\Delta t \to 0} \frac{\Delta x}{\Delta t} + \frac{\partial f}{\partial y} \lim_{\Delta t \to 0} \frac{\Delta y}{\Delta t}$$

$$+ \frac{\partial f}{\partial z} \lim_{\Delta t \to 0} \frac{\Delta z}{\Delta t}$$

ተከትሎም የሚከተለውን የf ፍጥነ ልውጠት እናገኛለን።

$$\frac{\mathrm{d}f}{\mathrm{d}t} = \frac{\partial f}{\partial x}\frac{\mathrm{d}x}{\mathrm{d}t} + \frac{\partial f}{\partial y}\frac{\mathrm{d}y}{\mathrm{d}t} + \frac{\partial f}{\partial z}\frac{\mathrm{d}z}{\mathrm{d}t}$$

በዚህ የፍጥነ ልውጠት ዝምድና ውስጥ $\frac{\mathrm{d}x}{\mathrm{d}t}$ ፤ $\frac{\mathrm{d}y}{\mathrm{d}t}$ እና $\frac{\mathrm{d}z}{\mathrm{d}t}$
እንደቅደም ተከተላቸው በx ፤ በy እና በz ቅጣጫዎች
የሚሆኑ ፍጥነ ልውጠቶች ሲሆኑ $\frac{\partial f}{\partial x}$ ፤ $\frac{\partial f}{\partial y}$ እና $\frac{\partial f}{\partial z}$ እንደቅደም
ተከተላቸው በx ፤ በy እና በz አቅጣጫ የሚኖሩ ተዳፋቶች
ምን ያህል የf ፍጥነ ልውጠት ላይ ተጽእኖ እንደሚያሳድሩ
ያሳያሉ። አልፎ አልፎ የአንድን መለውጥ ፍጥነ ልውጠት
ለማመልከት በተለዋጩ ምልክት አናት ላይ ነቁጣ
እናደርጋለን። ለምሳሌ: $\dot f = \frac{\mathrm{d}f}{\mathrm{d}t}$ ፤ $\dot x = \frac{\mathrm{d}x}{\mathrm{d}t}$ ፤ ወዘተ።

የታይለር ዝርዝራ እና የመጀመሪያ ደረጃ ተቃረብ

የታይለር ዝርዝራ በእንግሊዛዊው የሒሳብ ምሁር ብሩክ ታይለር የተደረሰ የሒሳብ ዘዴ ነው፡፡ ዘዴው በብዙ ዘመናዊ የሥነ ስሌት መጻሕፍት ውስጥ ይገኛል ፤ ለምሣሌ (Abramowitz & Stegun, 1970; Cain & Herod, 2000; MIT, 2007)

ባለ አንድ መለውጥ ቅምር

$z = f(x)$ ባለ አንድ መለውጥ ቅምር ይሁን፡፡ $k \geq 1$ መቁጠሪያ ቁጥር ይሁን፡፡ x_0 ላይ ቅምሩ ለk ጊዜ ያህል ድርብርብ ልውጠት በተከታታይ ሊተገበርበት የሚችል ይሁን፡፡

$$f'(x_0) = \frac{\mathrm{d}f}{\mathrm{d}x}(x_0) \text{ ፤ } \quad f''(x) = \frac{\mathrm{d}^2 f}{\mathrm{d}x^2}(x_0) \text{ ፤ } \dots \quad \text{፤}$$

$$f^{(k)}(x) = \frac{\mathrm{d}^k f}{\mathrm{d}x^k}(x_0)$$

የቅምሩ $k^\underline{ኛ}$ ደረጃ የታይለር ዝርዝር ፤ በሚከተለው ፖሊኖማዊ ቅርጽ ይቀመጣል፡፡

$$f(x) = f(x_0) + f'(x_0) \cdot (x - x_0)$$
$$+ \frac{1}{2!} f''(x_0) \cdot (x - x_0)^2 + \dots$$

$$+ \frac{1}{k!} f^{(k)}(x_0) \cdot (x - x_0) + \text{ተቆርጦ የቀረ ጉድለት}[43]$$

የቅምሩ የመጀመሪያ ደረጃ ዝርዝር ፤ የታካኪ መሥመር ተቃረብ ይባላል[44]።

ባለ ሁለት መለዉጥ ቅምር

$z = f(x, y)$ ባለ ሁለት መለዉጥ ቅምር ይሁን። ከሁለቱ መለዉጦች አንጻር ድርብርብ ልዉጠት ሊተገበርበት ይሚችል ይሁን። በቅምሩ ላይ የከፊል ልዉጠቶችን እና ብዙ የከፊል ልዉጠት ጥምሮችን ልንተገብር የምንችል ይሁን።

$$f_{xx}(x_0, y_0) = \frac{\partial^2 f}{\partial x^2}(x_0, y_0) \quad ፤ \quad f_{yy}(x_0, y_0) = \frac{\partial^2 f}{\partial y^2}(x_0, y_0)$$

$$f_{xy}(x_0, y_0) = \frac{\partial^2 f}{\partial x \partial y}(x_0, y_0)$$

$$= \frac{\partial^2 f}{\partial y \partial x}(x_0, y_0)$$

$$= f_{yx}(x_0, y_0)$$

---

[43]በቃል አገና የተመለከተው አገና ብዜት ነው ፤ ለማስታወስ ያህል አገና-ብዜት (factorial) - በቃል አገና የሚመለከቱ ብዜቶች ናቸው። ለምሳሌ 4! = 4x3x2x1። ቡብያኔ 0! =1 ነው። ባጠቃላይም k! = 1 x 2 x 3 x ... x k ነው።

[44]Tangent line approximation

$$f_{xxx}(x_0, y_0) = \frac{\partial^3 f}{\partial x^3}(x_0, y_0) \qquad ፤ \qquad f_{yyy} = \frac{\partial^3 f}{\partial y^3}(x_0, y_0)$$

$$f_{xxy} = \frac{\partial^3 f}{\partial^2 x \partial y}(x_0, y_0) ፤ f_{xyy} = \frac{\partial^3 f}{\partial x \partial^2 y}(x_0, y_0)$$

የታይለር ዝርዝራ እንደሚከተለው ይሆናል።

$$z = f(x, y) = f(x_0, y_0) + f_x(x_0, y_0)$$
$$\cdot (x - x_0) + f_y(x_0, y_0)$$
$$\cdot (y - y_0) +$$
$$\frac{1}{2!} f_{xx}(x_0, y_0) \cdot (x - x_0)^2 + f_{xy}(x_0, y_0)$$
$$\cdot (x - x_0)(y - y_0) +$$
$$\frac{1}{2!} f_{yy}(x_0, y_0) \cdot (y - y_0)^2$$
$$+ \frac{1}{3!} f_{xxx}(x_0, y_0)(x - x_0)^3 +$$
$$\frac{1}{2!} f_{xxy}(x_0, y_0)(x - x_0)^2 (y - y_0)$$
$$+ \frac{1}{2!} f_{xyy}(x_0, y_0)(x - x_0)(y - y_0)^2 +$$
$$\frac{1}{3!} f_{yyy}(x_0, y_0)(y - y_0)^3 + \dots$$

ሁለተኛ ደረጃና ከዚያ በላይ ያሉ አባላት ቀመር ሲቆረጡ የመጀመሪያ ደረጃ ተቃረብ[45] እንደሚከተለው እናገኛለን፦

$$z \approx z_0 + f_x(x_0, y_0) \cdot (x - x_0)$$
$$+ f_y(x_0, y_0) \cdot (y - y_0)$$

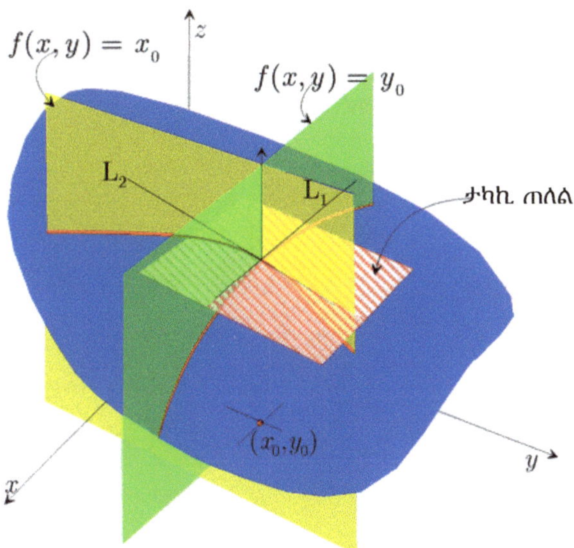

ይህ ጥጊ የታካኪ ጠለል ተቃረብ ይባላል። ለምን? የሚከተሉት ሁለት መስመሮች በታካኪ ጠለሉ የተያዙ ናቸው።

$$L_1 : z = z_0 + a(x - x_0) \quad ፤ \quad y = y_0፤ \quad a = f_x(x_0, y_0)$$

____

$$L_2 : z = z_0 + b(y - y_0) \; ፤ \; x = x_0 \; ፤ \; b =$$
$$f_y(x_0, y_0)$$

ሁለቱን መስመሮች የያዘ ጠለል እኩልዮሽ

$$z = z_0 + a(x - x_0) + b(y - y_0)$$

በ(x_0, y_0) ቅንብር ላይ ለ$f(x, y)$ ታካኪ የሆነ ጠለል እኩልዮሽ ነው፡፡

የሌዥንድሬ መስተዛምድ

አድሪየን-ማሬ ሌዥንድሬ ለሒሳብ ትምህርት ብዙ ያበረከተ ፈረንሳዊ ነው፡፡ ካበረከታቸው አንዱ የሌዥንድሬ መስተዛምድ የሚባለው ነው፡፡) ሐሳቡ እንዲህ ነው (Nielsen, 2010)። እንበልና አንድ ቅምር $f(x)$ ይኑረን። ይህን ቅምር በሁለት ዐይነት መልኩ መመልከት ይቻላል። አንደኛው ለእያንዳንዱ የx ዕሴት የ$f(x)$ ዕሴት እንመድባለን ማለት ነው፡፡ ሌላው ያተገባበር ስልት ደግሞ ፤ በቅምሩ እያንዳንዱ ነጥብ ላይ ተዳፋቱን $\left(f'(x) = \right.$ $\left. \dfrac{\partial f(x)}{\partial x} \right)$ በማዋቀር በተዳፋቱ ቅምሩን መገንባት ይቻላል (በዚህኛው አተገባበር ቅምሩን ፤ ውስን (unique) ለማድረግ አንድ ነጥብ መወሰን ያስፈልጋል)። ይህን ሐሳብ ለፈቀድነው ባለ ብዙ ነጻ መለውጦች ያለው ቅምር መጠቀም እንችላለን። እንበልና $f(x, y)$ የሁለት ነጻ መለውጦች x እና y ቅምር ይሁን። (ሐሳቡን ለፈቀድነው መለውጦች ብዛት መጠቀም እንችላለን። የሌዥንድሬ መስተዛምድ ጠቃሚ ሚና የሚጎላው ከአንድ በላይ ነጻ

መለውጦች ባሉት ቅምር ነው፡፡) የቅምሩ d-ልየነት

እንደሚከተለው ይሆናል፡፡

$$df = \frac{\partial f}{\partial x}dx + \frac{\partial f}{\partial y}dy$$

በመቀጠልም እንበልና

$$X = \frac{\partial f}{\partial x} \text{ ፤ } Y = \frac{\partial f}{\partial y}$$

ተከታይ ሥራችን በ$f(x,y)$ ላይ በመመርኮዝ ይህንኑ
ቅምር በ$p(X,Y)$ ለመግለጽ ነው፡፡ እዚያ ከመድረሳችን
በፊት አንድ መካከለኛ ርከን $g(X,y)$ን በመፈለግ
እንቀጥላለን፡፡ የ$g(X,y)$ን ቅምር ከ$f(x,y)$ በመነሳት
ለመገንባት የሚከተለውን ትንሽ *ተንጋርት* (trick)
እንጠቀማለን፡፡

$$g(X,y) = f(x,y) - xX$$

የ$g(X,y)$ d-ለውጥ ስንፈልግ የሚከተለውን እናገኛለን፡፡

$$dg = df - Xdx - xdX$$

$df = Xdx + Ydy$በመሆኑ ፤ ይህንኑ በመተካት

$$dg = Ydy - xdX$$

የሌጌኔንድሬ መስተዛምድ መሠረተ ሐሳብ ይሄ ነው። አንድ ማስታወስ ያለብን ነገር አለ። ያም x የX እና የyቅምር እንዲሆን መቀናበር አለበት።

$$X(x,y) = \frac{\partial f}{\partial x}$$

በመውሰድ x ን በX እና በ y መጻፍ እንችላለን። ያንን ማድረጋችን

$$g = g(X,y)$$

ቅምር መሆኑን ያረጋግጥልናል። ከፈቀድን የ $h(x,Y)$ንም እንደዚሁ $h = f - yY$ን በመጠቀም በተመሳሳይ መንገድ መቀመር እንችላለን። x እና yን አጠቃለን ወደ X እና Y ለመለወጥ

$$p(X,Y) = f - xX - yY$$

መጠቀም እንችላለን። ይህን አቀራረብ በዚሁ መልኩ ለፈቀድነው ያህል የነጻ-መለውጦች ቁጥር ማጠቃለል እንችላለን።

ምዕራፍ ፮: ሥነ-አልዶት[46]

አልዶት (ምልክት: $\int$)። በግራ በኩል ባለው ስዕል የተመለከተውን በከርብ መሥመሩ ስር የተቀለመ ቦታ አስተውል። የምንሠራው ከርብ መሥመር ውስብስብ በሆነ ቁጥር በመሥመሩ ስር ያለን ሥፋት ማግኘት የሚያስቸግር ይመስላል። ቆም ብለን ካሰብን ግን በቀላሉ ማስላት እንችላለን። እንዴት? በቀላሉ ሥፋታቸውን ማግኘት ወደምንችላቸው አመች ቅርጾች በመከፋፈል። እነዚህን ክፍልፍዮች ስንባርኰች ብንላቸው ፤ የስንባርኰቹን ሥፋት ከፈለግን በኅላ ፤ ብንደምራቸው ሙሉውን ሥፋት እናገኛለን። የስንባርኰቹን መጠን እያሳነስን በሄድን ቁጥር በተሻለ ወደ እውነተኛው ሥፋት በእጅጉ የቀረበ መልስ እናገኛለን። ለምሳሌ በሥዕሉ ላይ የተመለከትውን ቅብ ሥፋት በቀላል-ቋሚ (vertically simple) አራት ማዕዘን ስንባኰች እንቀይረው። የአንዱ ስንባኰ ሥፋት

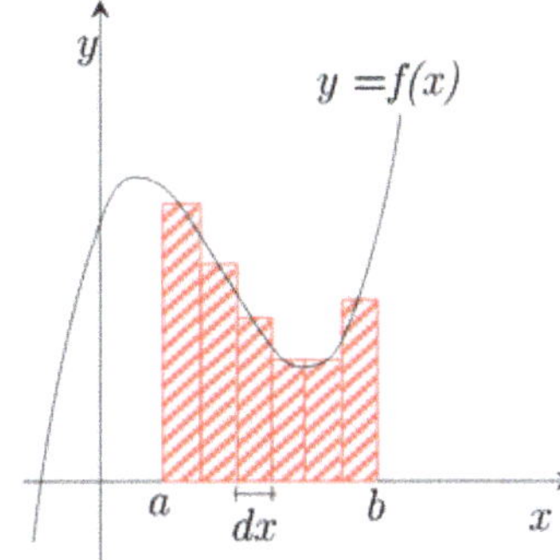

$$f(x)\Delta x$$

ሲሆን የተቀለመው ግዛት ሥፋት ተቃረብ

---

[46] Integration

$$\sum f(x)\Delta x\,[47]$$

ይሆናል፦

ይህ <u>የሬይማን</u>[48] ድመር ይባላል፡፡ የአልዶትን ስሌት ካበለጸጉ መሠረት ጣዮች ውስጥ ከፍተኛ ድርሻ ያለው አውገስቲን ሉዊስ ኮች ነው (ሐውኪ.ንግ, 2005)፡፡ ቀጥለንም የሚከተለውን ጥቤት እንመልከት፡፡

$$\lim_{\Delta x \to 0} \sum f(x)\Delta x = \int f(x)\mathrm{d}x$$

በግራ በኩል የሬይማን ድመር ጥቤት ይታያል፡፡ ያ ማለት ስንባጭቻችን በጣም ቢቀጥኑ እና ወርዳቸው ኢምንት ቢሆን ማለት ነው፡፡ በግራ በኩል መደበኛ የአልዶት ምልከት $-\int-$ ይታያል፡፡ የተለጠጠ $-s$ (ኤስ) ሲሆን በእንግሊዘኛ sum ለማለት ነው፡፡ አልዶቱ ከየት እስከ የት እንደሚሄድ ለማመልከት በግርጌው እና በትራስጌው የአልዶቱ ወሰኖች ማሳየት የተለመደ ነው፡፡ ለምሳሌ:

---

[47]**ድምርሽ** (summation) ድመራ በግሪክ ፊደል $\sum$ (ትልቁ ሲግማ) ይወከላል፡፡ ተከታታይ ቁጥሮችን ለመደመር ፤ ከ- እስከ- የሚያመለከቱ ቁጥሮች ከምልከቱ በታች እና በላይ ይደረጋሉ፡፡ ለምሳሌ n (ኤን)ደማር መቁጠሪያ ቁጥሮችን ቢወክል ፤ $\sum_{0}^{9}n$ ማለት ከ$\underline{0}$ እስከ $\underline{9}$ ያሉ መቁጠሪያ ቁጥሮችን መደመር ማለት ነው፡፡

[48]ጆርጅ ፍሬድሪክ በርናንድ ሬይማን የጀርመን የሒሳብ ሊቅ ነው፡፡ በስሙ የሚጠራው ሬይማን ድምራ ካበረከታቸው የሒሳብ ስልቶች አንዱ ነው፡፡

$$\int_a^b f(x)\mathrm{d}x፡፡$$

a እና b ከ- እስከ- የሚነግሩን የ$\int$—አልጀት ወሰኖች ናቸው፡፡ በሁለት የተሰጡ ወሰኖች መካከል የሚደረግ አልጀት ውስን—አልጀት (definite integral) ይባላል፡፡

- በአማርኛ አልጀት$-f(x|_a^b)\mathrm{d}x$ ብለን ልንጽፈው እንችላለን፡፡

አልጀት ጸረ-ልውጠት (antiderivative) በመባልም ይታወቃል፡፡ ምክንያቱም በአልጀት የምናከናውነው የሒሳብ ስሌት ከልውጠቱ ወደ ቅምሩ መሄድን ነው፡፡ ልውጠት እንደ መበተን ፤ መዘርዘር ነው ፤ አልጀት ደግሞ እንደ መሰብሰብ እንደ መከመር ነው፡፡

ለምሳሌ የ$f(x) = 1 - x^2$ ሙሉ ልውጠት $\frac{\mathrm{d}f(x)}{\mathrm{d}x} = -2x$ መሆኑን ተመልክተናል፡፡ የ$\int -2x\mathrm{d}x = -x^2 + c$ ነው ማለት ነው፡፡ c ያዋት ሲሆን ከቅምሩ ወሰኖች የሚገኝ ነው፡፡ ብዙ የአልጀት ስሌት ማሳለጫ ስልቶች አሉ፡፡ የተወሰኑትን ቀጥለን እናቀርባለን፡፡

አልጀት የመተንተኛ መንገዶች

አልጀትን ለመተንተን ብዙ ዐይነት መንገዶች አሉ፡፡ ከእነዚህ ውስጥ ጥቂቶችን አስከትለን እንመልከት፡፡

በከፈላ

$$f = f(x) ፤ \quad df = f'(x)dx \text{ እንደዚሁም} \quad g = g(x) ፤ dg = g'(x)dx$$ ቢኖሩን አልጀት በከፈላ በሚከተለው ዝምድና ላይ የተመሠረተ ነው፡፡

$$\int f\,\mathrm{d}g = fg - \int g\,\mathrm{d}v$$

ይኸ መንገድ የታወጀው ብሩክ ታይለር በሚባል እንግሊዛዊ የሒሳብ ሊቅ ነው፡፡ ብልኃቱን ለማረጋገጥ የሁለት ቅምሮችን እንበልና የf እና g'ን በዜት ልውጠት በመተግበር እንጀምራለን፡፡

$$(fg)' = f'g + fg'$$

በሁለቱም በኩል በማለድ (አልጀት በመተግበር) የሚከተለውን እናገኛለን

$$\int (fg)'dx = \int f'gdx + \int fg'dx$$

በዚህም ምክንያት የሚከለው ዝምድና እውን ነው፡፡

$$fg = \int f'gdx + \int fg'dx$$

በማቀናበርም

$$\int fg'dx = fg - \int f'gdx$$

እነሆ ተረጋገጠ፡፡

በመተካት

ይኸ አልደትን የመተግበሪያ ብልኀት አልደት የሚተገበርበት ቅምር ወሰብሰብ ያለ ከሆነ ፣ ቅምሩን ቀለል ባሉ አማራጮች በመግለጽ ሊከናወን ይችላል፡፡ ብልኀቱ በሚከተለው ዝምድና ላይ የተመሰረተ ነው፡፡ እንበልና ሁለት ቅምሮች $f = f\big(u(x)\big)$ እና $u(x)$ ይኑሩን፡፡

$$\int_{x_1}^{x_2} f(x)\frac{\partial u}{\partial x}\,dx = \int_{u_1}^{u_2} f(u)\,du$$

ለምሳሌ

$$\int \sqrt{1-x^2}\,dx$$

የአልደት ትግበራውን ለማቅለል ፣ $x = \sin u$ ብለን እንተካለን፡፡ ተከትሎም

$$\mathrm{d}x = \cos u\,\mathrm{d}u$$

በመተካት

$$\int \sqrt{1-\sin^2 u}\,\cos u\,du = \int \cos^2 u\,du$$

$$= \int \frac{1+\cos 2u}{2}\,\mathrm{d}u = \frac{2u+\sin 2u}{4}$$

$$= \frac{\sin^{-1} x + x\cos(\sin^{-1} x)}{2}$$

በስንጠቃ[49]

በተካፍሎ መልኩ የተቀመጡ ቅምሮች ፤ ቀጥታ አልጀት ለመተግበር ውስብስብ ሊሆኑ ይችላሉ፡፡ ይኸን ጊዜ ፤ ሁኔታው ከፈቀደ ፤ ወደ ሁለት ወይም ከዚያ በላይ ክፍልፋዮች ሊሰነጠቁ ይችላሉ፡፡ ለምሳሌ

$$f(x) = \frac{3x + 5}{x^2 + 4x + 3}$$

ቢኖረን ፤ አካፋዩን ብንመለከተው የሁለት $x + 1$ እና $x + 3$ እንደሆነ ማየት ይቻላል፡፡ ስለዚህ እንደሚከተለው መፃፍ ይቻላል፡፡

$$f(x) = \frac{x + 3 + 2x + 2}{x^2 + 4x + 3}$$
$$= \frac{1}{x + 3} + \frac{2}{x + 1}$$

በመጀመሪያ ላይ ያለው ቅምር ላይ አልጀት ከመተግበር ይልቅ መጨረሻ ላይ ያለው ላይ መተግበር ሂደቱን ቀላል ያደርገዋል፡፡

$$\int \frac{3x + 5}{x^2 + 4x + 3}\,\mathrm{d}x$$
$$= \int \frac{1}{x + 3}\,\mathrm{d}x$$
$$+ \int \frac{2}{x + 1}\,\mathrm{d}x$$

---

[49] ሥጢቅ (ግእዝ) partial fractions

ዕጥፍ አልጀት

የሁለት ሥፍራዊ መለውጦች ቅምር $f(x,y)$ ይኑር።

በቅምሩ የተገለጸው በአውታሪ-፫ የቅንብር ሥርዓት ውስጥ ያለን ገጽ ሥዕል የሚወክል ይሁን። በነጠላ መለውጥ

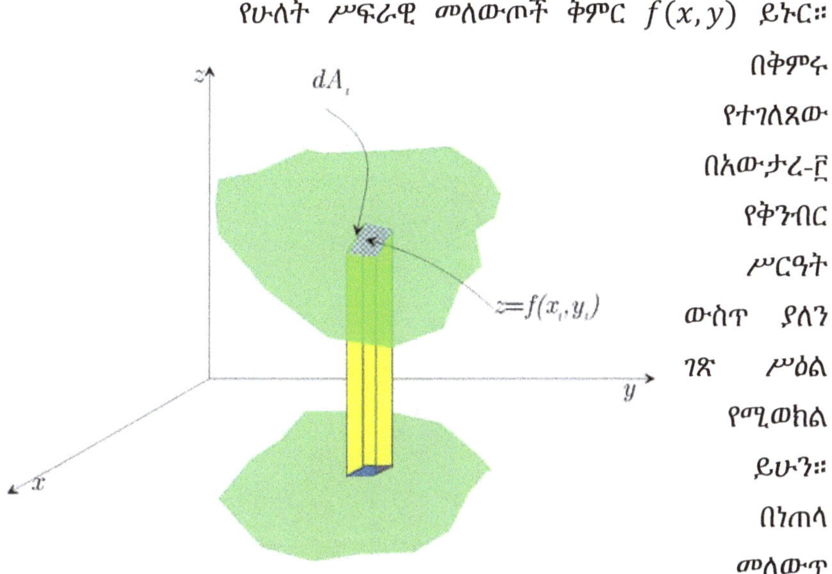

ቅምር ከርብ ሥር የሚገኘውን መጠነ-ሥፋት ለማግኘት ነጠላ አልጀት እንደተጠቀምን ሁሉ በተመሣሣይ መንገድ ባለ ሁለት ሥፍራዊ መለውጥ ቅምር ሲሆን ደግሞ በገጹ እና በxy-ጠለል መካከል በተወሰነ የx —ምህዳር እና የy —ምህዳር ያለን መጠነ-ይዘት ለማግኘት ዕጥፍ አልጀትእንጠቀማለን። ገጹ ወደ ትንንሽ ስፋቶች (እራፊዎች) ΔA_i ይከፋፈል። ታንታይ i የእራፊዎቹ መገለጫ ቁጥር ነው። እራፊው ማዕከል ላይ የሚኖረው የ$f(x_i, y_i)$ ዕሴት በእራፊው እና በxy-ጠለል ላይ በእራፊው ጥላ የተከደነ አራት ማዕዘናዊ ዐምድ ቁመት ጥጊ ይሁን። የዚህን ስንባጭ ዐምድ የመጠነ-ይዘት ተቃረብ

$$f(x_i, y_i)\Delta A_i$$

እናገኛለን። ሥዕሉን ተመልከት። የሙሉውን ይዘት ለማግኘት የስንባጮቹን ይዘት እንደምራለን፦

$$\sum_i f(x_i, y_i)\,\Delta A_i$$

ብይን

$$\iint_R f(x, y)\mathrm{d}A = \lim_{\Delta A_i \to 0} \sum_i f(x_i, y_i)\,\Delta A_i$$

በገጹ ላይ ለx —አውታC እና ለy —አውታC ትይዩ የሆኑ እና እንደ ቅደም ተከተላቸው Δx እና Δy ያህል መጠን ያላቸው ነጥኖች ያሉት ያሲቸው እራሬዎችን ብንጠቀም የእራሬው መጠነ-ሥፋት $\Delta A = \Delta x\Delta y$ ያህል ነው። ስለዚህ

$$\mathrm{d}A = \lim_{\Delta A \to 0} \Delta A = \mathrm{d}x\mathrm{d}y።$$

ዕጥፍ አልዶትን ለብዙ ተግባሮች ልንጠቀምበት እንችላለን፦

- ዕጥፍ አልዶት መጠነ-ይዘትን ብቻ ሳይሆን መጠነ-ሥፋትንም ለማስላት ይጠቅማል። የአንድን ገጽ መጠነ-ሥፋት ለማግኘት ፤ ገጹን ወደ ትንንሽ እራሬዎች በመከፋፈል ፤ የእራሬዎቹን መጠነ-ሥፋት በመደመC መተግበር ይቻላል።

- መጠነ-ሥፋት $(R) = \iint_R \mathrm{d}A$

- በአንድ ክልል ውስጥ ያለን ቅምር አማካይ መጠን ለማግኘትም ይጠቅማል። ቅምሩ f ቢሆን በክልል R ውስጥ ያለውን አማካይ መጠን (ዐሴት) $\bar{f}$ እንደሚከተለው ማስላት ይቻላል።

$$\text{የ}f \text{ አማካይ} = \bar{f} = \frac{1}{\iint_R \mathrm{d}A} \iint_R f\,\mathrm{d}A$$

- የጠለል ሥዕልን ማዕከለ ሚዛን ለማግኘት ይጠቅማል። የአንድ ቁስ ማዕከለ ሚዛን ፥ ሁሉም የቁሱ አካላት ርስበርሳቸው የሚመዛኑበት ነጥብ ነው። ትርጊት አሳይዎች የተለያዩ ቁሶችን ተደላድለው እንዲረጉ ለማድረግ የቁሶቹን **ማዕከለ ሚዛን** በመኩራ ወይም በስሌት ያገኛሉ። በስሌት ለማግኘት እንደሚከተለው ነው። እንበልና ጠለላዊ ክልል R ይኑረን። የዚህ ክልል ማዕከለ ሚዛን በቅንብር $(\bar{x}, \bar{y})$ ላይ ይሁን። የክልሉ መጠነ-ቁስ M እፍግታው ደግሞ ρ ይሁን። የማዕከለ ሚዛኑን የቅንብር ዐሴቶች እንደሚከተለው ይገኛሉ።

$$\bar{x} = \frac{1}{M} \iint_R x\rho\,\mathrm{d}A$$

$$\bar{y} = \frac{1}{M} \iint_R y\rho\,\mathrm{d}A$$

- መጠነ-ቁስ ቁሶች ፍልሰትን ለመቋቋም ያላቸው ብቃት እንደሆነ ሁሉ ፤ ቁሶች መሽከርከርን ፤ መጦዝን ፤ መሾርን ለመቋቋም ያላቸው አቅም <u>ፍዘተ-ጡዘት</u> <u>(ፍዘተ-ሹረት)</u> እንለዋለን። ዐጥፍ አልጁት ፍዘተ-

ሹረትን ለማስላት ጠቃሚ የሆነ የሒሳብ ስልት ነው። እፍግታ ρ ያለው ቁስ እናስብ። ከቁሱ ማዕከለ ሚዛን r ርቀት ላይ ያለ እራፊ ΔA ብንወስድ ፤ የራፊው መጠነ-ቁስ $\Delta m = \rho \Delta A$ ነው። ፍዘት-ሹረቱ (ለጊዜው እንዴት እንደተገኘ ይቆየንና) $\Delta m r^2 = r^2 \rho \Delta A$ ያህል ነው። የቁሱን አጠቃላይ ፍዘት-ሹረት በዕጥፍ አልደት እንደሚከተለው እናገኛለን።

$$\text{ፍዘት} - \text{ሹረት} = \iint_R r^2 \rho \, \mathrm{d}A$$

ምሳሌ

$$\text{ቅምር}: f(x, y) = 1 - x^2 - y^2$$

$$\text{ክልል}: 0 \le x \le 1 \text{ ፤ } 0 \le y \le 1$$

ፍላጎታችን የሚከተለውን አልደት መተግበር ነው።

$$\iint_R f(x, y) \mathrm{d}A = \int_0^1 \int_0^1 (1 - x^2 - y^2) \mathrm{d}y \mathrm{d}x$$

የውስጠኛውን አልደት (ከy $-$አንጻር) ተግብር።

$$\iint_R = \int_0^1 \left[y - x^2 y - \frac{1}{3} y^3 \right]_0^1 \mathrm{d}x$$

የyን ወሰኖች በመተካት ውጤቱን አግኝ።

$$\iint_R = \int_0^1 (\frac{2}{3} - x^2)\mathrm{d}x$$

የውጤኛውን አልጀት ተግብር።

$$\iint_R = \left[\frac{2}{3}x - \frac{1}{3}x^3\right]_0^1$$

ያገኘኸውን አልጀት የxን የወሰን ዕሴቶች በመተካት የአልጀቱን የመጨረሻ ተግባር አጠናቅ። የሚከተለውን ውጤት ታገኛለህ

$$\iint_R = \frac{1}{3}$$

ሌላ አንድ ምሳሌ እንጨምር። የክበብን መጠነ-ሥፋት እንፈልግ። የክበቡ የዐብይ እና የንዑስ አውታሮቹ ግማሽ እንደቅደም ተከተላቸው a እና b ይሁኑ። የክበቡ ቀመር የሚከተለው መሆኑን እናስታውስ።

$$\frac{x^2}{a^2} + \frac{y^2}{b^2} = 1$$

አስከትለን በx እና y ምትክ መለውጦችን እንደሚከተለው እንበይናለን።

$$u = \frac{x}{a} \Rightarrow \mathrm{d}u = \frac{\mathrm{d}x}{a}$$

$$v = \frac{y}{b} \Rightarrow \mathrm{d}v = \frac{\mathrm{d}y}{b}$$

ስለዚህ የከበቡን መጠነ-ሥፋት እንደሚከተለው ማግኘት
ይቻላል።

$$\iint_{\frac{x^2}{a^2}+\frac{y^2}{b^2}\le 1} \mathrm{d}A = ab \iint_{u^2+v^2\le 1} \mathrm{d}u\mathrm{d}v$$

እናስተውል ከበቡን በ(u, v) ጠለል ስንመለከተው ክብ
ሆኖ ይታያል። የአሃድ ክብ ቀመር ስለሆነ

$$\iint_{u^2+v^2\le 1} \mathrm{d}u\mathrm{d}v$$

የአሃድ ክብ መጠነ-ሥፋት ነው። የክብ መጠነ-ሥፋት πr^2
እንደሆነ እናውቃለን። የአሃድ ክብ ማዳር ደግሞ <u>አሐዱ</u>
ነው። ስለዚህ መጠነ-ስፋቱ π ያህል ነው። እነዚህን ሐሳቦች
በመጠቀም የክበብ መጠነ-ሥፋት

$$\iint_{\frac{x^2}{a^2}+\frac{y^2}{b^2}\le 1} \mathrm{d}A = \pi ab$$

ያህል መሆኑን እናገኛለን።

የዕጥፍ ኣልጆት ኣተገባር ኣካሄድ ከሞላ ጎደል ከላይ
እንዳቀረብነው ምሳሌ ነው። ኣንዳንድ ቅምሮች ላይ ቀጥተኛ
ኣልጆት ለመተግበር ኣስቸጋሪ ሊሆን ይችላል። ያ ሲሆን
ቅምሮቹን ኣመች ወደ ሆነ ቅርጽ ለመቀየር የሚያስችሉ ብዙ
መንገዶች ኣሉ። ኣንባቢው ያቀረብነውን መሠረታዊ ዕውቀት
ከያዘ በኋላ ፤ የተለያዩ ዋቢ መጻሕፍትን በማንበብ ዕውቀቱን
እና ክሂሎቱን እንዲያዳብር ይበረታታል።

ሦስቶሽ አልዶት

ዕጥፍ አልዶትን ካየን በኋላ ሦስት ዕጥፍ አልዶት ስንል ምን ማለታችን እንደሆነ ግልጽ የሚሆን ይመስለኛል። (በአውታረ-፫) የሦስቴም የሥፍራ መለውጦች ጥገኛ የሆነን ቅምር በሦስቴም አቅጣጫዎች አልዶት መተግበር ነው። ይህሦስቶሽ አልዶት ይባላል። በተግባር እስካሁን ካየናቸው የአልዶት ትግበራዎች የተለየ ስላልሆነ ተጨማሪ ዝርዝር ውስጥ አልገባም። አንባቢው በራሱ እንዲያዳጉሰው አበረታታለሁ።

ምዕራፍ ፮: ቀስቶ መስኮች እና የቀስቶ መስኮች ልውጠት እና አልዶት ሥነ-ስሌት

መስክ (field) የቦታ ቅምር ሲሆን በያንዳንዱ የቦታ ነጥብ ላይ ዕሴት ያለው ልኬት ነው፡፡ የመስኩን ሙሉ መረጃ መጠኑን መመዝገብ (ማወቅ) ብቻ በቂ ከሆነ መስኩ ሥፋር መስክ (scalar field) ይባላል፡፡ ለምሳሌ አንድ ነጥብ ላይ ያለን መጠነ ሙቀትን ለመግለጽ አቅጣጫ ማያያዝ አይጠበቅብንም፡፡ መጠኑ ይኸን ያህል ነው ማለት ብቻ በቂ ነው፡፡ በአንድ ክልል ውስጥ ግን በያንዳንዱ የክልሉ ነጥቦች ላይ የሆነ መጠን ይኖረዋል፡፡ መስኩን ለመግለጽ ከመጠን በተጨማሪ አቅጣጫውንም ማወቅ የሚጠበቅብን ሲሆን መስኩ ቀስቶ መስክ (vector field) ይባላል፡፡ ለምሳሌ ስለ ሙቀት መጠነ ፍስት የምንናገር ከሆነ ግን መጠኑን መናገር ብቻ ሙሉ መረጃን አይሰጥም፡፡ በየት አቅጣጫ የሚለውንም መጨመር አለብን፡፡ ስለዚህ ቀስቶ መስክ ነው ማለት ነው፡፡ እንደዚሁ የነፋስ ቶሎታ ፤ የውኃ ፍስት ፤ የግፊት ልዩነት እና የመሳሰሉት ከቀስቶ መስክ የሚመደቡ ናቸው፡፡ ቀስቶ መስኮች በጠለል ውስጥ ፤ አቅጣጫቸው በቀስት ሲመለከት መጠናቸው በሚነደፈው ትልም ርዝመት ይመለከታል፡፡

በ$x - y$ ጠለል ውስጥ የሆነ ቀስቶ መስክ

$$\vec{\psi} = M(x,y)\hat{\imath} + N(x,y)\hat{\jmath}$$

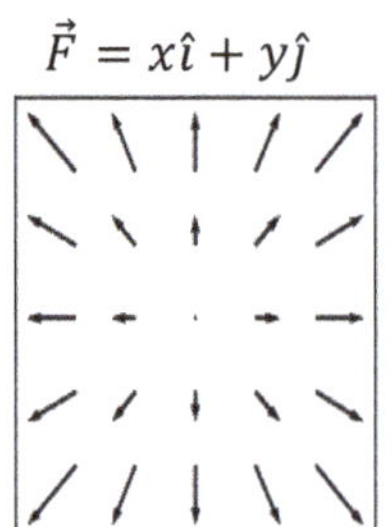

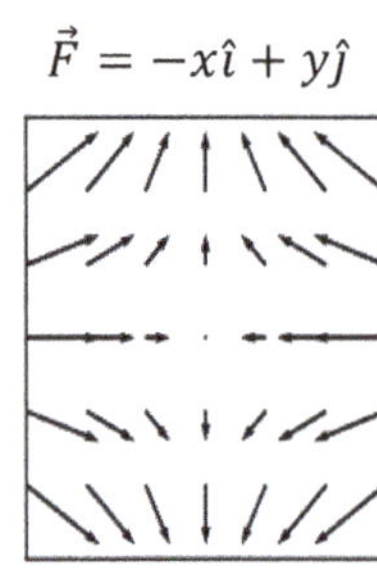

ይኑረን። በያንዳንዱ የጠለሉ ነጥቦች ላይ በx እና በy ላይ የተመሠረተ ቀስቶ ሥፍር $\vec{\psi}$ አለን ማለት ነው። ግልጽ ለማድረግ ያህል በግራ በኩል ባሉት ሥዕሎች ላይ የቀረቡትን የቀስቶ መስክ ትልሞች ተመልከት።

በጠለል ውስጥ የተያዙ መስኮችን እናስብ። የተለያዩ ፍኖቶችን በመትለም ፥ በፍኖቶቹ ላይ ያለውን የመስኩን ተጽዕኖ ማስላት እንችላለን። ለአሁኑ ደረቅ የሒሳብ ስሌት ብናደርገውም ቅሉ ፥ በጣም ጠቃሚ የሆኑ የቁስ እና ቁሳዊ ነፋሳት ንድፈ ሐሳቦችን እና ልኬቶችን ለመቀመር እንጠቀምባቸዋለን። ፍኖቶቹ ክፍት ወይም ዝግ (ዞር ገጠም) ሊሆኑ ይችላሉ። ቀስቶ መስኩ የፈቀድነውን ፍኖት በዘፈቀደ አቅጣጫ ሊያቋርጠው ወይም ሊከተለው ይችላል። መስኩ የማያቋርጠው ከሆነ ፤ ቢያንስ የሆነውን የፍኖቱን ክፍል የማይከተል ከሆነ በፍኖቱ ላይ ሆነን ስለመስኩ ማውራት አንችልም። ፍኖቱን ያቋርጠዋል ብለን እናስብ። በፍኖቱ ላይ ያለች አንዲት ነጥብን እንውሰድ። በዚች ነጥብ ላይ ቀስቶ መስኩን ወደ ሁለት ጠቃሚ ምዝሮች ልንፈነክተው እንችላለን። አንደኛው ፍኖት ታካኪ ምንዝር ሲሆን ፤ ለመሥመሩ ታካኪ የሆነውን አቅጣጫ በመፈለግና በታካኪው አቅጣጫ ያለን አሃድ ቀስት ከቀስቶ መስኩ ጋር በነቁጥ በማባዛት ነው። ይህ ተግባር ለፍኖቱ ታካኪ የሆነን የቀስቶ መስኩን ምንዝር ይሰጠናል። የዚህ ምንዝር መጠን የሚነግረን ቀስቶ መስኩ በፍኖቱ ላይ ምን ያህል ብርታት እንዳለው ነው። ይህን መጠን በፍኖቱ ኢያምንት መጠን በማባዛትና ፤ በፍኖቱ መነሻና መድረሻ ወሰኖች መካከል አልጎት በመተግበር ስለ መስኩ ትግባራት

ጠቃሚ የሆነ መረጃ እናገኛለን። ይህን የስሌት ክንዋኔ እና አገባቡን ለመረዳት ወደ ቁስ እና ቁሳዊ ነፋሳት ጥናት መግባት ይኖርብናል። ለምሳሌ አንድ የግደት መስክ በሆነ ፍኖት ላይ የሚፈጽመውን የሥራ መጠን ለማወቅ ይህ ስሌት ይጠቅማል። ሁለተኛው ጠቃሚ ምንዝር በያንዳንዱ ነጥብ ላይ ለፍኖቱ (ታካኪ) ምስቅ የሆነው ምንዝር ነው። የኸ ምንዝር ፍኖቱን አልፎ የሚሄደውን የቀስቶ መስኩን ብርታት ይሰጠናል። ለምሳሌ የአንድን ወንዝ ፍኖት የወሰድን እንደሆነ ፤ የወንዙን ተፋሰስ ተከትሎ የሚሄደው የውጉ ቶሎታ አለ ፤ ከዚህ በተጨማሪ ደግሞ በአንፃራዊ መልኩ ትንሽ ቢሆንም ወደ ወንዙ ተገኖች (embankments) የሚሄደው የውጉ ቶሎታም አለ። የወንዙን ተፋሰስ የሚከተለው የውጉ ቶሎታ ፍኖት ተከታይ ሲሆን ፤ ወደ ወንዙ ተገኖች የሚሄደው ደግሞ ፍኖቱን

የሚለይ በመሆኑ፤ ፍኖት ተለይ ፤ ፍኖት አቋራጭ ልንለው እንችላለን። ፍኖት አቋራጭ የሆነውን የቀስቶ መስኩን ምንዝር ለማግኘት ፤ በቀስቶ መስኩ እና ለፍኖቱ (ታካኪ) ምስቅ (⊥) በሆነው አሃድ ቀስት መካከል ነቁጣ ብዜት መተግበር ነው። በፈቀድነው ፍኖት ውስጥ ምን ያህል ያቋርጣል የሚለውን ለማስላት ምንዝሩን በፍኖቱ ኢምንት ቁራጭ ርዝመት በማባዛትና በፍኖቱ ከጫፍ እስከጫፍ አልጾት በመተግበር ማግኘት ይቻላል።

እንደዚሁም የከርስ ምድር ውጉን በጉድጓድ የማጠራቀምን ዘዴ እናስብ። የከርስ ምድር ውጉ ከያቅጣጫው ወደ ጉድጓዱ ይሰርጻል።ጉድጓዱን በአግድም የሚቆርጥ የሐሳብ ጠለል እንውሰድ ፤ ወደ ጉድጉዋዱ በቀረብን ቁጥር መጠኑ

የሚጨምር ፤ ከያቅጣጫው ወደ ጉድንዱ የሚሰርጽ የከርሰ
ምድር ውኃን የቶሎታ መስክ (ፍስት) እናስብ። በዚሁ ጠለል
ላይ በጉድንዱ ዙሪያ የሚዘር ከጉድንዱ በፈቀድነው ርቀት
ማዳር ላይ ያለን ክብ ፤ ወይም ዘፈቀደ ዞሮ ገጠም ፍኖት
እናስብ። እንደከርሰምድሩ አፈር የማስረጽ አቅም ፤ የውኃው
ቶሎታ ይኸን ፍኖት ሲያልፍ ለፍኖቱ ምስቅ የሆነ ምንዝር
ሲኖረው ፤ ፍኖቱን ተከትሎ የሚሄድ የውኃ ቶሎታ ግን
አይጠበቅም። በዚህ ላይ በመመርኮዝ በጉድንዳችን ውስጥ
ስለሚጠራቀመው ውኃ የተለያዩ ጠቃሚ ስሌቶችን
ማከናወን እንችላለን። በዘር ገጠም ፍኖት ላይ፣ መስኩ
የሚሾር መሆኑንና አለመሆኑን ማወቅ ይቻላል ፤ የሹረቱን
ብርታትም እንደዚሁ መፈለግ ይቻላል። ውኃን በማንኪያ
ስናማስል ፤ ማንኪያውን በተከታታይ ስናዞረው ፤ የውኃው
ቅንጣቶች በአንድ ማዕከል ዙሪያ መሾር ይጀምራሉ።
የፈቀድነውን ዞሮ ገጠም ፍኖት በመውሰድ የውኃው
ቅንጣቶች በዚህ ዞር ገጠም ፍኖት ላይ ያለውን የሹረት
ብርታት ከላይ በገለጽነው ተግባር (የቀስቶ መስኩን ፍኖት
ተከታይ ምንዘር በመፈለግና በፍኖቱ ላይ አልዶት (∫)
በመተግበር ማግኘት እንችላለን። እንደዚሁም አውሎ ነፋስ
ሲነሳ ፤ አልፎ አልፎ ይሾራል። የሹረቱን ብርታትም እንደዚህ
በገለጽነው ክንዋኔ ማግኘት እንችላለን። በመቀጠል
እስካሁን ያቀረብነውን ሐተታ በሒሳባዊ ክወናና ትንተና
እናበለጽገዋለን (MIT, 2007; Cain & Herod, 2000)።
በተጨማሪም በጠለል (አውታረ-፪) የተመለከትነውን
ትንተና ለአውታረ-፫ በማጠቃለል ምዕራፉን እንዘጋለን።

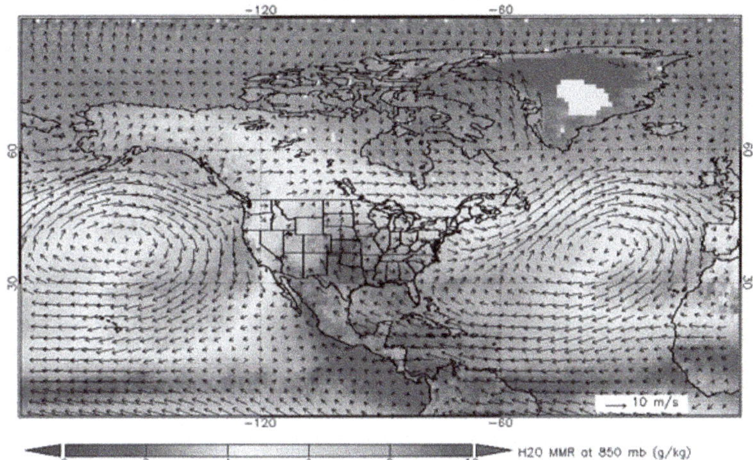

*ስዕል 1 ምቃት የትሮፒካዊ ዐየር ወደ ቴክሳስ እና አከላሆማ ሲነፍስ።
(የሥዕሉ ባለቤት የብሔራዊ ዐየር በራሪዎች እና የጠፈር መምሪያ
ጎዳርድ የምድር ሳይንስ ጥናታዊ ከምችት እና መረጃ ማዕከል ነው*
(Credit: NASA/Goddard Earth Science Data and
Information Center))

ቀስቶ ተፋሰስ (ልውጠ ተዳፋት ፡ መዳፏ ፡ ክንባሌ)

የቀስቶ ፍስትን (gradient vector) ምልክትና ሓሳብ
እናስተዋውቅ። ተፋሰስ ፡ ክንባሌ (gradient) በግሪክ
ፊደል-∇-ይወከላል። ሲነበብ "ዴል" ተብሎ ነው።
በተግባሩም የዴል ከዋኝ (Del operator) ይባላል።
ይዘቱም

$$\nabla = <\frac{\partial}{\partial x}, \frac{\partial}{\partial y}, \frac{\partial}{\partial z}>$$

በቀስቶ ሥፍር መልክ ብናስቀምጠውም ከትዕምርትነት
ባሻገር እውን የሆነ ቀስቶ ሥፍር አይደለም። ከሌሎች ቀስቶ

ሥፍሮች ጋር በሚኖረው ሒሳባዊ መስተጋብር ግን እንደ
ቀስቶ ሥፍር ይቆጠራል። ለምሳሌ አንድ ቅምር f ቢኖረን
፣ በዚህ ቅምር ላይ የዴል ክንዋኔ ስንተገብር ፣ ቀስቶ ተፋስስ
(vector gradient) እንደሚከተለው እናገኛለን።[50]

$$\nabla f = <\frac{\partial f}{\partial x}, \frac{\partial f}{\partial y}, \frac{\partial f}{\partial z}>$$

የxን ፣ የyን እና የ zን ፍጥነ ልውጠቶች ቅርጸ ቀስቶ
(vector form) እንደሚከተለው ማስቀመጥ እንችላለን።

$$v = <\dot{x}, \dot{y}, \dot{z}>$$

ስለዚህ የfን ፍጥነ ልውጠት እንደሚከተለው ባጭሩ በ∇f
እና በv መካከል ነቁጣ ብዜት በመተግበር መጻፍ እንችላለን
ማለት ነው።

$$\dot{f} = \nabla f \cdot v$$

ብይን: ቅምር ይኑረን። የቅምሩን መለውጦች በቅንብር
ሥርዓቱ ውስጥ በሆነ መንገድ በማቀናበር በሆነ መሥመር
ላይ ወይም ገጽ ላይ ቅምሩ የሚሰጠን ውጤት ያዊት ሊሆን
ይችላል። ለምሳሌ $f(x,y) = x^2 + y^2$ ቢኖረን ፣ c
ያዊት (constant) ቢሆን በ$f(x,y) = c$ የሚገለጽ ክርብ
የርን ሥርዓ ካሬ ያህል ($\sqrt{c}$) ማዳር (radius) ያለው ክብ
ነው። እንደዚህ ዐይነት ክርቦች ወይም ውጫዊ ገጾች

---

[50] ክንባሌ

ቀስቶ መስኮችእና የቀስቶ መስኮች ልውጠት እና አልጀት ሥነ-ስሌት

ውኃልክ ክርቦች (level curves) ወይም ውኃልክ ገጾች (level surfaces) ይባላሉ::

አዋጅ: f ቅምር ይሁን:: c ያዊት ይሁን:: የቅምሩ ቀስቶ ተፋሰስ (∇f) ከቅምሩ ውኃልክ ገጽ ($f = c$) ጋር ምስቅ ነው:: ማለትም

$$\nabla f \perp (f = c)$$

<u>ማረጋገጫ</u>

$\mathbf{r}$ ሁሌም ውኃልክ ገጹን የሚነካ ቀስቶ ማዳር (radius vector) ይሁን:: በሰንሰለት ልውጠት ትግበራ የሚከተለው እውን ነው::

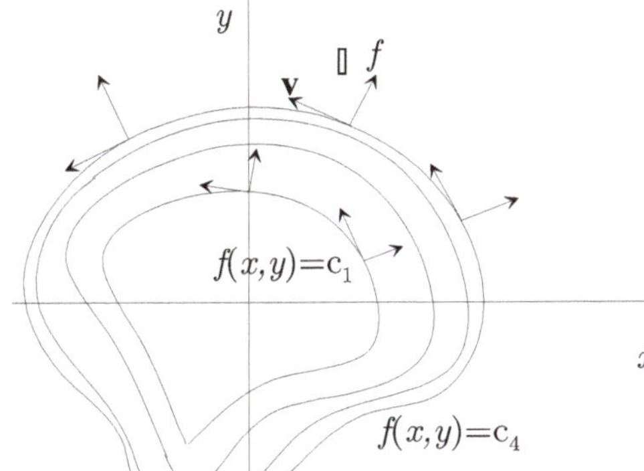

$$\dot{f} = \frac{\partial f}{\partial \mathbf{r}} \dot{\mathbf{r}}$$

ነገር ግን $\nabla f = \frac{\partial f}{\partial r}$ የቅምሩ ቀስቶ ተፋሰስ ነው ፤ የቀስቶ ማዳሩ ፍጥነ ልውጠት $v = \dot{r}$ የውኃልክ ገጹ ታካኪ ነው:: እንዲሁም በውኃልክ ገጹ ላይ የቅምሩ ውጤት ስለማይለዋወጥ $\dot{f} = 0$:: ስለዚህ

$$\dot{f} = \nabla f \cdot \boldsymbol{v} = 0$$

ስለዚህ ∇f እና $\boldsymbol{v}$ ርስበርሳቸው ምስቅ ($\perp$) ናቸው:: $\boldsymbol{v}$ ለውኃልክ ገጹ ታካኪ ስለሆነ ፤ ∇f ለውኃልክ ገጹ ታካኪ ምስቅ መሆኑ ጥየቅ ነው::

አቅጣጫዊ ልውጠት (ልውጠ ተዳፋት)

ቀድመን እንደተመለከትነው ∇f በx ፥ በy እና በz አቅጣጫዎች ያሉ የቅምር f ተዳፋቶችን የሚነግረን ነው። ከነዚህ ውጭ አንድ ቅምር በፈቀድነው አሃድ ቀስት አቅጣጫ ያለውን ልውጠት ማስላት እንችላለን። ይህ ስሌት አቅጣጫዊ ልውጠት (directional derivative) ይባላል። $\hat{u}$ አሃድ ቀስት ይሁን። f ቅምር ይሁን። የf ልውጠት በ$\hat{u}$ አቅጣጫ በቅምሩ ቀስቶ ፍስት ∇f እና በአሃድ ቀስት $\hat{u}$ መካከል ነቁጣ ብዜት በመተግበር ይገኛል። ማለትም

$$\frac{\mathrm{d}f}{\mathrm{d}s/\hat{u}} = \nabla f \cdot \hat{u}$$

ፍኖት ተከታይ አልጎት

አንድ ቀስቶ መስክ እንበልና $\vec{\psi}$ ይኮረን። የቀስቶ መስኩን

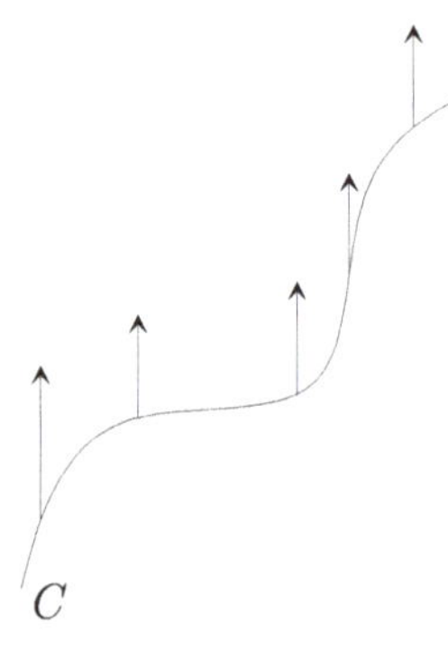

በአንድ ክርብ ፍኖት ላይ ያለውን ጠቅላላ አልጎት ለማግኘት ስንፈልግ እንደሚከተለው ማስላት እንችላለን። በሥዕሉ ላይ የተመለከተውን የፍኖት ትልም ተመልከት። ፍኖቹን C ብለን እንሰይመው። ፍኖቹን ወደ ትንንሽ ክፍሎች በመክፈል ፥ የእያንዳንዱን የክፍለ ፍኖት ቀስቶ ሥፍር ከቀስቶ መስኩ ጋር በነቁጣ ብዜት በማባዛት ፥ ብዜቱን በመደመር እንደሚከተለው ማግኘት ይቻላል።

ቀስቶ መስኮችእና የቀስቶ መስኮች ልውጠት እና አልጎት ሥነ-ስሌት

$$W = \sum_{i=1} \vec{\psi}_i \cdot \Delta \vec{r}_i$$

$\Delta \vec{r}_i$ ኢ.ምንት ሲሆኑ የሚከተለውን ጥጌት በመተግበር ወደ አልጎት እንቀይረዋለን።

$$W = \lim_{\Delta \vec{r}_i \to 0} \sum_{i=1} \vec{\psi}_i \cdot \Delta \vec{r}_i = \int_C \vec{\psi} \cdot \mathrm{d}\vec{r}$$

$$= \int_C <M,N>\cdot<\mathrm{d}x,\mathrm{d}y>$$

$$= \int_C M\mathrm{d}x + N\mathrm{d}y$$

ልዩ ሁኔታ: $\vec{\psi}$ የአንድ ቅምር እንበልና f ቀስቶ ተፋሰስ $\vec{\psi} = \nabla f$ ይሁን። f የዕምቀት ቅምር (potential function) ሲባል $\vec{\psi}$ ደግሞ የፈሰስ መስክ (gradient field) ይባላል።

<u>አዋጅ</u>: $W = \int_C \nabla f \cdot \mathrm{d}\vec{r} = f(p_1) - f(p_0)$

<u>ማረጋገጫ</u>

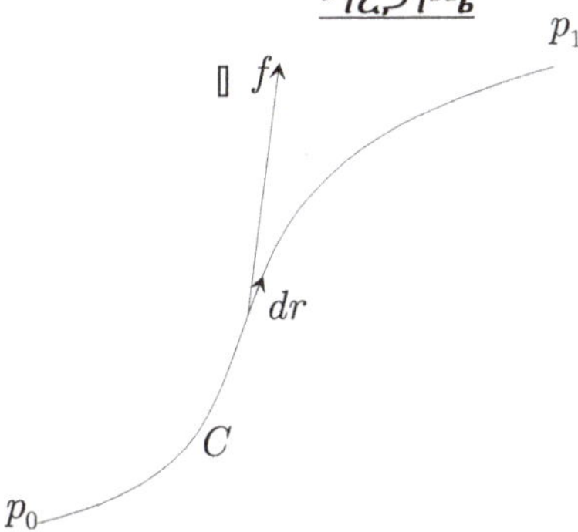

$$W = \int_C \nabla f \cdot \mathrm{d}\vec{r}$$

$$= \int_C < f_x, f_y > \cdot < \mathrm{d}x, \mathrm{d}y$$

$$> = \int_C f_x \mathrm{d}x + \int_C f_y \mathrm{d}y$$

$$= \int_C \mathrm{d}f = f(p_1) - f(p_0)$$

የዚህ አዋጅ ውጤት የሚነግረን ፡ የፈሰስ መስክ (gradient field) ፍኖት ኢ.ጥገኛ መሆኑን ነው፡፡ በአንድ የፈሰስ መስክ የሆኑ የተለያዩ ፍኖቾች አንድ ዐይነት መነሻና መድረሻ ካላቸው እኩል መሥመር-አልጎት ይኖራቸዋል፡፡ $\vec{\psi} = \nabla f$ ዕቅብ መስክ (conservative field) ይባላል፡፡ ተከትሎም በየትኛውም ዞር ገጠም ፍኖት

$$\int_C \nabla f \cdot \mathrm{d}\vec{r} = 0$$

እውን ነው፡፡

$\vec{\psi} =< M, N >$ ቀስቶ መስክ ይሁን፡፡ M እና N የ$\vec{\psi}$ ምንዘሮች ናቸው፡፡ የሚከተለው ስሌት ጡዘት (ጥምዘት) (curl) ይባላል፡፡

$$\mathrm{curl}\vec{\psi} = \frac{\partial N}{\partial x} - \frac{\partial M}{\partial y}$$

ቀስቶ መስኮችእና የቀስቶ መስኮች ልውጠት እና አልጀት ሥነ-ስሌት

በሥነ ቁስ እና ቁሳዊ ነፋሳት ትንተና ጡዘት ማለት ብርታት ሹረት (rotation intensity) ምን ያህል እንደሆነ የሚነግረን መጠን ነው። ለዕቅብ መስክ የሚከተለው እውን ነው።

$$\mathrm{curl}(\nabla f) = \nabla \times (\nabla f) = <\frac{\partial}{\partial x}, \frac{\partial}{\partial y} > \times$$

$$< \frac{\partial f}{\partial x}, \frac{\partial f}{\partial y} >$$

$$= \frac{\partial^2 f}{\partial x \partial y} - \frac{\partial^2 f}{\partial y \partial x} = 0$$

የግሪን አዋጅ

C ከሰዓት በተቃራኒ ክልል R ን ያቀፈ ዞሮ ገጥም ፍኖት ይሁን። በክልል R እውን የሆነና የልውጠት ስሌት ሊተገበርበት የሚችል (differentiable) ቀስቶ መስክ $\vec{\psi}$ ቢኖረን የግሪን አዋጅ ጥዬቅ ነው የሚለን

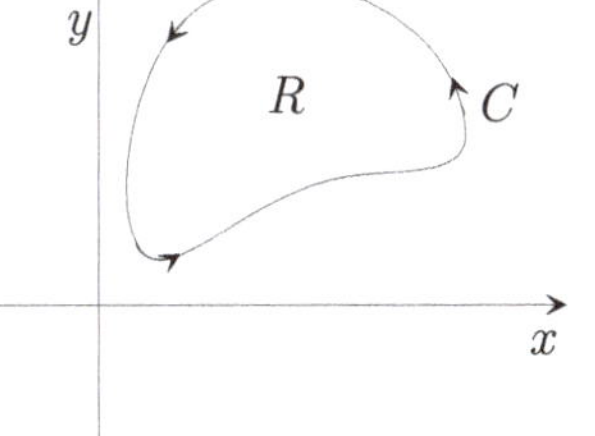

$$\oint_C \vec{\psi} \cdot d\vec{r} = \iint_R \mathrm{curl}\vec{\psi}\,dA$$

መሆኑን ሲሆን የመሥመር-አልጀትን ወደ ሥፋት-አልጀት ይቀይርልናል።

ቀጥለን ማሳየት የሚጠበቅብን[51]

$$\oint_C M\,\mathrm{d}x + N\,\mathrm{d}y = \iint_R (N_x - M_y)\,\mathrm{d}A$$

በብዙ ሁኔታዎች የመሥመር-አልጎቱን ከማግኘት ይልቅ በቀጥታ የግሪንን አዋጅ መጠቀም የስሌት ሂደቱን ቀላል ሊያደርገው ይችላል (MIT, 2007; Marsden & Tromba, 2003)። (እግረ መንገዳችንንም የግሪን አዋጅ የሚሠራው ለዞር ገጠም ፍኖት ብቻ መሆኑን ለአንባቢው እናስታውሳለን። ሌላው ማስታወስ ያለብን የምንሰራው ዞር ገጠም መሥመር አልጎት ከሰዓት በተቃራኒ መሆን አለበት። አለበለዚያ በቀኝ በኩል ያለውን ዕጥፍ አልጎት ቀናስ መውሰድ አለብን።)

አንድ ውስን ጉዳይ ነጥለን በመመልከት እንጀምር። $\operatorname{curl}\vec{\psi} = 0$ ከሆነ $\vec{\psi}$ ዕቅብ (conservative) ነው ብለን ነበር። $\vec{\psi}$ እውን (defined) በሆነበት ጠለል ውስጥ ያለ ዞር ገጠም ፍኖት እንውሰድ። በፍኖቱ የተከለለው ክልል ውስጥ የግሪንን አዋጅ ወደሚከተለው ቀድሞን ወደ አረጋገጥነው ሐቅ ያመራናል።

$$\oint_C \vec{\psi}\,\mathrm{d}\vec{r} = \iint_R \operatorname{curl}\vec{\psi}\,\mathrm{d}A = \iint_R 0\,\mathrm{d}A = 0$$

---

[51] $\oint$ በአልጎት አስተግባሪው ላይ የሚታየው ቀለበት በዞር ገጠም መስመር ወይም ዝግ ገጽ ላይ የሚተገበር አልጎት መሆኑን ያመለክታል።

ማለትም $\vec{\psi}$ በጠለሉ ውስጥ ሁሉ እውን ቢሆን ፤ እና $\mathrm{curl}\,\vec{\psi} = 0$ ቢሆን ፤ $\vec{\psi}$ ዕቅብ ነው።

ማረጋገጫ

ቀለል ያለ ነገር በማረጋገጥ እንጀምራለን። $N = 0$ ሲሆን

$$\oint_C M\,\mathrm{d}x = \iint_R -\frac{\partial M}{\partial y}\,\mathrm{d}y\mathrm{d}x = \iint_R -M_y\,\mathrm{d}A$$

እንደዚሁም $M = 0$ ሲሆን

$$\oint_C N\,\mathrm{d}x = \iint_R \frac{\partial N}{\partial x}\,\mathrm{d}x\mathrm{d}y = \iint_R N_x\,\mathrm{d}A$$

ከላይ ያስቀመጥናቸውን ሁለት ውስን ጉዳዮች ካረጋገጥን ሁለቱን በመደመር የግሪንን አዋጅ ጥየቅነት እናረጋግጣለን። ማረጋገጡን ለጊዜው እናዘገየውና አንድ ተጨማሪ ምልከታን እንጨምር።

የምንመለከተው ፍኖት እጅግ የተወሳሰበ ሲሆን ይችላል። 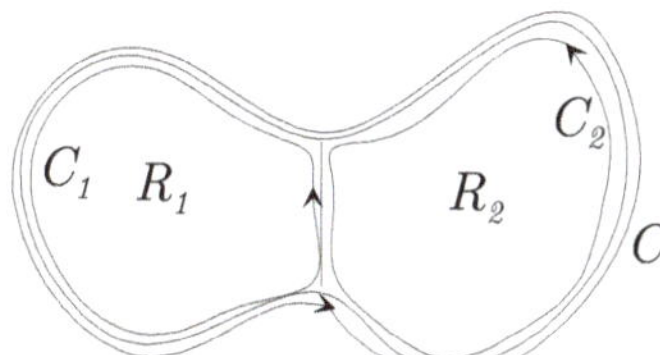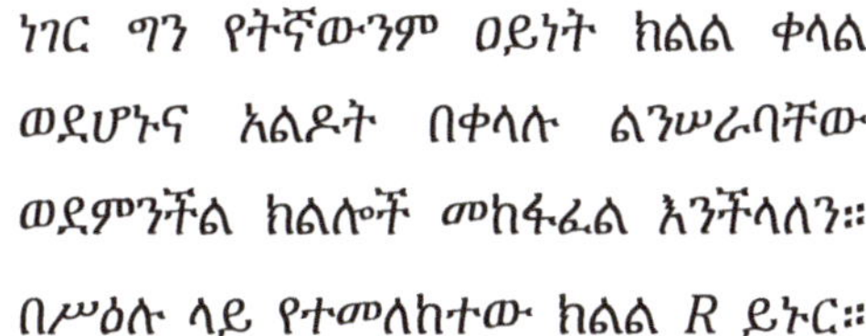 ነገር ግን የትኛውንም ዐይነት ክልል ቀላል ወደሆኑና አልጎት በቀላሉ ልንሠራባቸው ወደምንችል ክልሎች መከፋፈል እንችላለን። በሥዕሉ ላይ የተመለከተው ክልል R ይኑር። ይኸንን ክልል ወደ ሁለት ትናንሽ ክልሎች R_1 እና R_2 እንከፈለው። ክልል R ዙሪ በሚገጥም ፍኖት C የተከበበ ሲሆን ፤ እንደዚሁ ክልል R_1 እና ክልል R_2 ም በፍኖት C_1

እና በፍኖት C_2 የተከበቡ ናቸው። የሚከተለውን ለC_1 እና

ለC_2 የሚከተሉትን

$$\oint_{C_1} M\,dx = \iint_{R_1} -M_y\,dA$$

እና

$$\oint_{C_2} M\,dx = \iint_{R_2} -M_y\,dA$$

ማረጋገጥ ከቻልን ፣ ሁለቱን በመደመር

$$\oint_{C} M\,dx = \oint_{C_1} M\,dx + \oint_{C_1} M\,dx$$
$$= \iint_{R_1} -M_y\,dA$$
$$+ \iint_{R_2} -M_y\,dA$$
$$= \iint_{R} -M_y\,dA$$

መሆኑን እናረጋግጣለን። ለምን? ምክንያቱም የመሥመር

አልጆቱን ስንተገብር በክልል R_1 እና በክልል R_2

የጋራ ድንበር ላይ በተቃራኒ አቅጣጫ

ስለምንንቀሳቀስ። R_1 እና R_2 የጋራ የሆነ ፍኖት

መከከል ላይ አላቸው (የክልል R_1 እና የክልል R_2

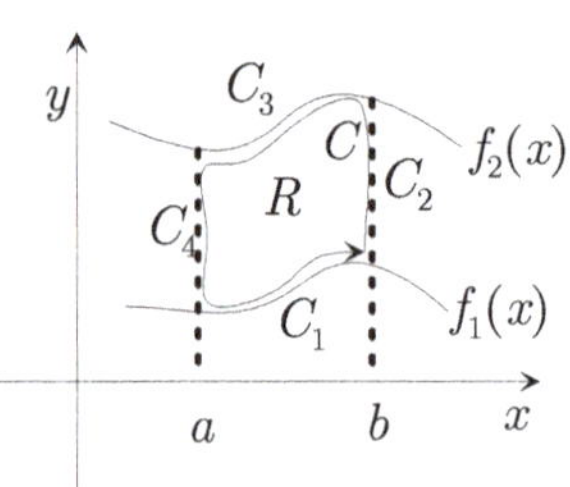

ኩታ ገጠም ድንበር) በC_1 ላይ ወደ ላይ ፣ በC_2

ላይ ደግሞ ወደ ታች ስለሚሆን ፤ አልጎቱን ስንተገብር ፤
አንዱ አንዱን ስለሚያመክነው ውጤቱ ላይ ተጽእኖ
አያሳድርም፡፡ ስለዚህ Rን አልጎቱን ለመተግበር አመች
ወደሆኑ ክልሎች መከፋፈል እንችላለን፡፡ ለምሳሌ በቋሚ
ድንበር ብንከፋፍላቸው ክልሎቹን «ቀላል ቋሚ

ድንበርተኛ ክልሎች»[52]ልንላቸው እንችላለን፡፡ ለቋሚ
ድንበርተኛ ክልሎች

$$a < x < b \; \colon f_1(x) < y < f_2(x)$$

እውን ነው፡፡ ማረጋገጣችንን ለማጠናቀቅ በመቀጠል R
ቋሚ ድንበርተኛ ክልል ሲሆንና C በR ድንበር ከሰዓት
በተቃራኒ የሚከብ ሲሆን

$$\oint_C M\mathrm{d}x = \iint_R -M_y\,\mathrm{d}A$$

መሆኑን እናሳያለን፡፡ ከላይ የቀረበውን የቋሚ ድንበር ክልል
ሥዕል እንመልከት፡፡ በአራቱ ፍኖቶች C_1 ፤ C_2 ፤ C_3 እና
C_4 ላይ መሥመር አልጎት እንተግብር፡፡

$$\int_{C_1} M\mathrm{d}x = \int_a^b M\big(x, f_1(x)\big)\mathrm{d}x$$

$$\int_{C_2} M\mathrm{d}x = 0(x = b, \mathrm{d}x = 0)$$

---

[52] Vertically simple regions

$$\int_{C3} Mdx = \int_b^a M(x, f_2(x))dx =$$

$$-\int_a^b M(x, f_2(x))dx$$

$$\int_{C_4} Mdx = 0(x = a, dx = 0)$$

አስከትለንም

$$\int_C Mdx = \int_{C_1} + \int_{C_2} + \int_{C_3} + \int_{C_4}$$

$$= \int_a^b M(x, f_1(x))dx$$

$$-\int_a^b M(x, f_2(x))dx$$

በመቀጠል ዕጥፍ አልጀቱን እንመልከት

$$\iint_R -M_y dA = -\int_a^b \int_{f_1(x)}^{f_2(x)} \frac{\partial M_y}{\partial y} dydx$$

የውስጠኛውን አልጀት በመተግበር

$$\int_{f_1(x)}^{f_2(x)} \frac{\partial M_y}{\partial y} dy = M(x, f_2(x))$$

$$- M(x, f_1(x))$$

የሚከተለውን እናገኛለን።

$$\iint_R -M_y\,\mathrm{d}A = \int_a^b M(x, f_1(x))\,\mathrm{d}x$$

$$- \int_a^b M(x, f_2(x))\,\mathrm{d}x$$

አዋጁ ጥዮቅ መሆኑ እነሆ ተረጋገጠ።

ፍኖት አቋራጭ አልዶት (ጉርፈት)

ሌላው ዐይነት የመሥመር-አልዶት የቀስቶ መስኩን በከርቡ
(ፍኖቹ) ላይ የሚያቋርጠውን ጉርፈት መፈለግ ነው። ቀስቶ
ሥፍር $\hat{T}$ ለፍኖቹ ታካኪ ይሁን። ለታካኪው
ቀስቶ ሥፍር በሰዓት አቅጣጫ (በከርቡ ላይ
ስንሄድ ከከርቡ በስተቀኝ በኩል) ምስቅ ($\perp$)
የሆነ አሃድ ቀስት $\hat{n}$ ይኑር። ከርቡን ወደ
ትንንሽ ክፍሎች Δs_i በመከፋፈል ፥
በእያንዳንዱ ክፍለ ከርብ ላይ ምስቅ የሆነ አሃድ

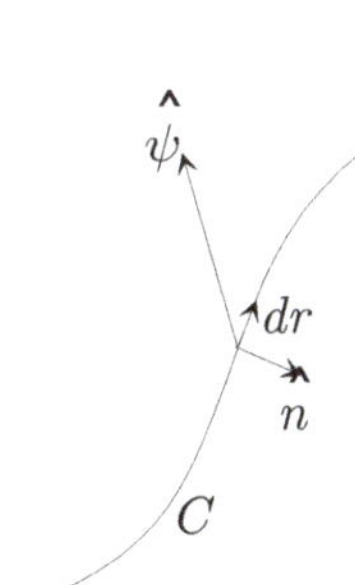

ቀስት ($\hat{n}_i$) በመፈለግ ክፍለ ከርቡ አግካይ ላይ ካለው ቀስቶ
መስክ ($\vec{\psi}_i$) ጋር ነቁጣ ብዜት በመተግበር እና ነቁጣ ብዜቱን
በክፍለ ከርቡ መጠን (Δs_i) በማባዛት ጉርፈቱን
እንደሚከተለው እናገኛለን።

$$\vec{\psi}_i \cdot \hat{n}_i \Delta s_i$$

በከርቡ ላይ ያለውን የሙሉ ጉርፈት ተቃርብ
(approximation) በያንዳንዱ ቄርጥራጭ ላይ ያገኘነውን
በመደመር እንደሚከተለው እናገኛለን።

$$\text{ጉርፈት} \approx \sum_{i=1} \vec{\psi}_i \cdot \hat{n}_i \Delta s_i$$

የጥኔት ስሌት በመጠቀም

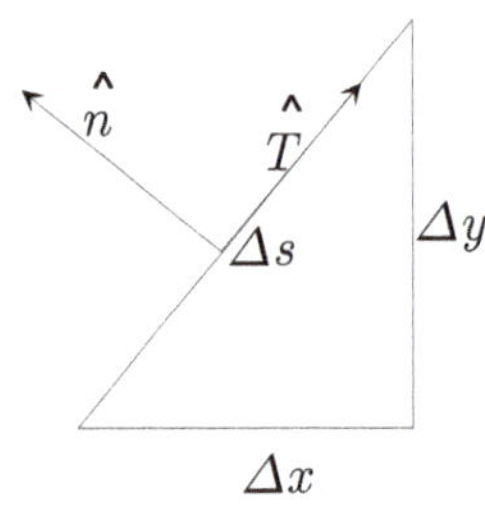

$$\text{ጉርፈት} = \lim_{\Delta s_i \to 0} \sum_{i=1} \vec{\psi}_i \cdot \hat{n}_i \Delta s_i$$

$$= \int_C \vec{\psi} \cdot \hat{n} ds$$

እንበልና $\vec{\psi} = <M, N>$ ይሁን። የክፍለ ክርቡ ቀስቶ ሥፍር $d\vec{r} = \hat{T} ds = <dx, dy>$ ፤ $\hat{T}$ የክፍለ የታካኪው አሃድ ቀስት ነው። የክፍለ ክርቡን ምስቅ አሃድ ቀስት ለማግኘት የታካኪውን ቀስቶ ሥፍር በ፺ መዓርጋት በሰዓት አቅጣጫ በማሽር የሚከተለውን እናገኛለን።

$$\hat{n} ds = <dy, -dx>$$

ትንተናዎቹን በመጠቀም የሚከተለውን ውጤት እናገኛለን።

$$\int_C \vec{\psi} \cdot \hat{n} \mathrm{d}s = \int_C < M, N > \cdot < \mathrm{d}y, -\mathrm{d}x >$$

$$= \int_C -N\mathrm{d}x + M\mathrm{d}y$$

የግሪን አዋጅ ለጉርፈት (የብትነት[53] አዋጅ)

ክርብ C ክልል Rን ከሰዓት በተቃራኒ የሚከብ ይሁን። ቀስቶ መስክ $\vec{\psi} = < M, N >$ በክልል R ውስጥ እውን እና ልውጠት ሊተገበርበት ይሚችል ይሁን። የግሪን አዋጅ የሚከተለውን ዝምድና ጥዮቅ ነው ይላል።

$$\oint_C \vec{\psi} \cdot \hat{n} \mathrm{d}s = \oint_C -N\mathrm{d}x + M\mathrm{d}y$$

$$= \iint_R (M_x + N_y)\mathrm{d}A$$

አስከትለንም የሚከተለውን እንበይናለን።

$$\mathrm{div}\vec{\psi} = \mathrm{div} < M, N > = M_x + N_y$$

የቀስቶ መስክ ብትነት ነው።

ስለዚህ

$$\oint_C \vec{\psi} \cdot \hat{n} \mathrm{d}s = \iint_R \mathrm{div}\vec{\psi}\mathrm{d}A$$

---

[53] Divergence (ልይይትም ሊባል ይችላል። በዚህ መጽሐፍ ብትነትን እንጠቀማለን።)

በቀኝ በኩል ያለውን ሥዕል እንመልከት ፤ የአንድ ቀስቶ መስክ ብትነት ፤ መስኩ በከርብ ወደ ተከለለው ክልል ውስጥ

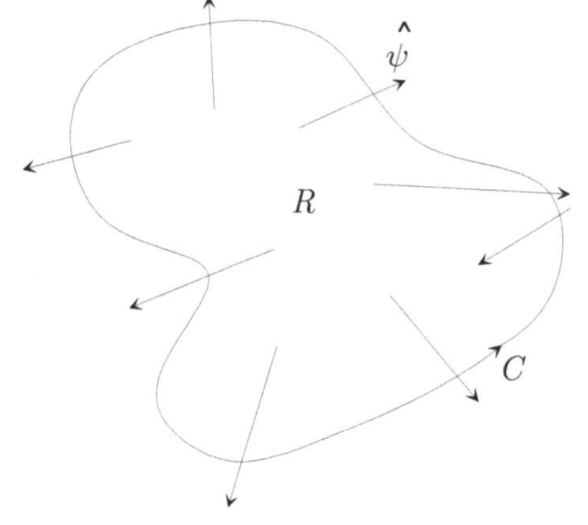

ወይም ከድንበሩ ወደ ውጭ መጉረፉን ይለካል። ጉርፈት $\oint_C \vec{\psi} \cdot \hat{n}ds$ የሚሰጠን ፤ ድንበሩን እያለፉ ወደ ውስጥ ወይም ወደ ውጭ የሚጎርፉትን የመስኩ ሥፍሮች ሲሆን $\iint_R \mathrm{div}\vec{\psi}dA$ ደግሞ በC በተከለለው ክልል R ውስጥ

ያለውን የመስኩን አማካይ ለውጥ ይለካል። አንድ ቀለል ያለ ምሳሌ እናቅርብ። ለምሳሌ በኢትዮጵያ በአንደኛው ከፍለ ሀገር ውስጥ ያለውን የሕዝብ ቁጥር እናስብ። ሞትና ውልደት መኖራቸውን ለጊዜው እንዘነጋና የሕዝብ ቁጥሩን ለውጥ ከክልሉ በሚወጡና በሚገቡ ሰዎች ቁጥር መጠን የሚለዋወጥ መሆኑን ልብ እንላለን። በከፍለ ሀገሩ ውስጥ የሚደረግ የትኛውም እንቅስቃሴ (ከመወለድና ከመሞት በቀር) የከፍለ ሀገሩን የሕዝብ ቁጥር አይቀይረውም። የከፍለ ሀገሩን ድንበር አልፈው የሚወጡና የሚገቡ ብቻ ቁጥሩን ይቀይሩታል። ይህን የሕዝብ ቁጥር ለውጥ በሁለት ዐይነት መንገድ ማወቅ እንችላለን። በከፍለ ሀገሩ ዙሪያ ድንበር ላይ የሚወጡ እና የሚገቡ ሰዎችን በመቁጠር ፤ ወይም ፤ በከፍለ ሀገሩ ውስጥ ያለውን የሰው ብዛት በፈቀድነው ጊዜ በመቁጠር። በትክክል እስከተተገበሩ ድረስ እኒህ ሁለት አቀራረቦች እኩል ናቸው። የብትነት አዋጅ ይኸን ይመስላል። በብትነት አዋጅ ማወቅ የማንችለው

በክፍለ ሀገሩ ውስጥ የሚወለዱትን እና የሚሞቱትን ነው። እነዚህን በክፍለ ሀገሩ ውስጥ ያለውን የሕዝብ ቁጥር በመቁጠር ማግኘት ስንችል ፤ በክፍለ ሀገሩ ድንበር ላይ በምናደርገው ቆጠራ ግን ማግኘት አንችልም።

የአልጆት አዋጆች በአውታረ-፫

የጋውስ ግሪን አዋጅ (ጉርፈት) በአውታረ-፫

በአውታረ-፪ ሥርዓት የግሪንን አዋጅ በመጠቀም ያገኘነውን የብትነት አዋጅ ለአውታረ-፫ ሥርዓት እናጠቃልለዋለን። ይህ አዋጅ የጋውስ-ግሪን የብትነት አዋጅ ወይም የጋውስ የብትነት አዋጅ በመባል ይታወቃል። በብዙ ከፍተኛ ጠቃሚ የስሌት ቀመሮች ውስጥ የምንጠቀመው ነው።

ቃለ አዋዲ: S አውታረ-፫ ክልል D ን የሚከብ ዝግ ገጽ ቢሆንና $\hat{n}$ ደግሞ ለገጹ ምስቅ የሆነ አሃድ ቀስት ቢሆን እና ቀስቶ ሥፍር $\vec{\psi} = <P, Q, R>$ በD ውስጥ በሁሉም ሥፍራ እውን የሆነና ልውጠት ሊተገበርበት የሚቻል ቢሆን ፤ የጋውስ አዋጅ የሚነግረን የሚከተለውን ዝምድና ነው።

$$\oiint_S \vec{\psi} \cdot \hat{n} \mathrm{d}S = \iiint_D \mathrm{div}\vec{\psi}\mathrm{d}V$$

በግራ በኩል የሚታየው በዝግ ገጽ ላይ የሚተገበር ዕጥፍ አልጆት ነው። በቀኝ በኩል ደግሞ የብትነት የይዘት አልጆት ነው። ብትነት በዴል ከቀኝ እና በቀስቶ መስኩ መካከል ያለ ነቁጣ ብዜት ነው። ማለትም

$$\text{div}\vec{\psi} = \nabla \cdot \vec{\psi} = \left< \frac{\partial}{\partial x}, \frac{\partial}{\partial y}, \frac{\partial}{\partial z} \right> \cdot$$

$$< P, Q, R >$$

$$= P_x + Q_y + R_z$$

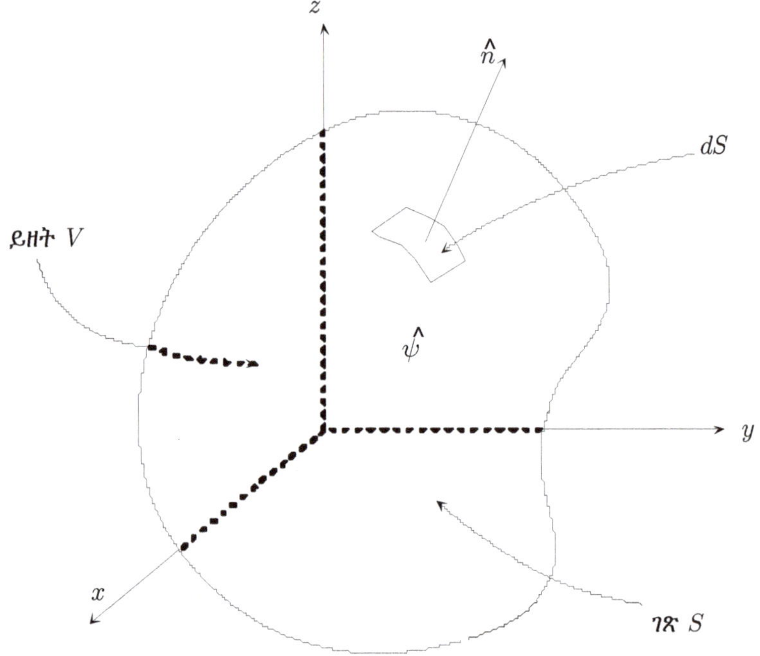

<u>ማረጋገጫ</u> (MIT, 2007; Marsden & Tromba, 2003)

በመጀመሪያ ቀላል የሆነ ጉዳይ ነጥለን እንመልከት። በሥዕሉ ላይ የቀረበውን ቀጥ ብሎ የቆመ ግድግዳ ያለውና ከላይና ከታች እንደቀደም ተከተሉ በቅምር $z = z_1(x, y)$ እና $z = z_2(x, y)$ የተከደነ ≪ቀላል ዐምድ ይዘት≫ (vertically simple volume) ተመልከት/ች።

በዚህ የይዘት ክልል ውስጥ ቀስቶ መስክ $\vec{\psi} =< 0,0,R >$ ይኑር::

በጋውስ የብትነት አዋጅ በቀኝ በኩል ያለው አልጀት የሚከተለውን ይሰጠናል::

$$\iiint_D \mathrm{div}\vec{\psi}\,\mathrm{d}V = \iiint_D R_z\,\mathrm{d}V$$

$$= \iint_R \left(\int_{z_1(x,y)}^{z_2(x,y)} R_z\,\mathrm{d}z\right)\mathrm{d}x\mathrm{d}y$$

$$= \iint_R (R(x,y,z_2(x,y))$$

$$- R(x,y,z_1(x,y)))\,\mathrm{d}x\mathrm{d}y$$

በመቀጠል የግራውን ገለጻ እንደዚሁ አስከትለን እናብራራለን::

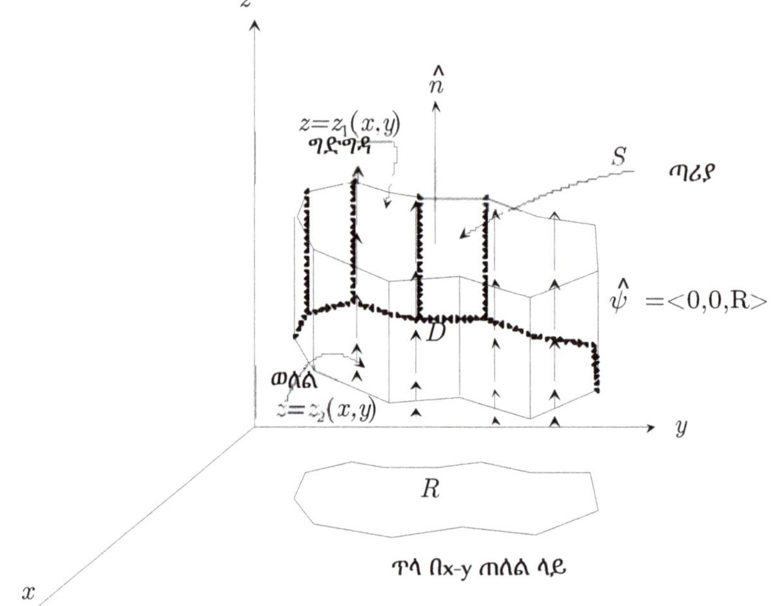

ጠሪያ

የጠለል እኩልዮሽ: $z - z_2(x, y) = 0$ ፤ ሲሆን ለጠለሉ ምስቅ የሆነ ቀስቶ ሥፍር እንደሚከተለው ይገኛል

$$\hat{n} =< -\frac{\partial z_2}{\partial x}, -\frac{\partial z_2}{\partial y}, 1 >$$

ስለዚህ

$$\vec{\psi} \cdot \hat{n}\mathrm{d}S =< 0,0, R >\cdot< -\frac{\partial z_2}{\partial x}, -\frac{\partial z_2}{\partial y}, 1$$

$$> \mathrm{d}x\mathrm{d}y = R\mathrm{d}x\mathrm{d}y$$

$$\iint_{\text{ጠሪያ}} \vec{\psi} \cdot \hat{n}\mathrm{d}S = \iint_{\text{ጠሪያ}} R\mathrm{d}x\mathrm{d}y$$

$$= \iint R(x, y, z_2(x, y)) \mathrm{d}x\mathrm{d}y$$

<u>ወለል</u>

የጠለል እኩልዮሽ: $z - z_1(x, y) = 0$ ፤ ሲሆን ለጠለሉ ምስቅ የሆነ ቀስተ ሥፍር እንደሚከተለው ይገኛል። በመጀመሪያ ወለሉ ላይ ወደ ላይ የሚያመለክተው ምስቅ አሃድ ቀስት

$$\hat{n}_{\text{ላይ}} = < -\frac{\partial z_1}{\partial x}, -\frac{\partial z_1}{\partial y}, 1 >$$

መሆኑን እንመለከታለን። የምንፈልገው ከወለሉ ወደታች የሚያመለክተውን ለወለሉ ምስቅ የሆነ አሃድ ቀስት ነው። ይህን ለማግኘት የ$\hat{n}_{\text{ላይ}}$ን ቀናስ እንወስዳለን። ማለትም

$$\hat{n}_{\text{ታች}} = < \frac{\partial z_1}{\partial x}, \frac{\partial z_1}{\partial y}, -1 >$$

ስለዚህ

$$\vec{\psi} \cdot \hat{n}\mathrm{d}S = < 0,0,R > \cdot < \frac{\partial z_2}{\partial x}, \frac{\partial z_2}{\partial y}, -1 > \mathrm{d}x\mathrm{d}y = -R\mathrm{d}x\mathrm{d}y$$

$$\iint_{\text{ወለል}} \vec{\psi} \cdot \hat{n}\mathrm{d}S = \iint_{\text{ወለል}} -R\mathrm{d}x\mathrm{d}y$$

$$= \iint -R(x, y, z_2(x, y))\mathrm{d}x\mathrm{d}y$$

<u>ግድግዳ</u>

ግድግዳዎቹ ቋሚ ናቸው። ለግድግዳዎቹ ምስቅ የሆነ አሃድ ቀስት ከቀስቶ መስኩ ጋርም ምስቅ ነው። እንግዲህ $\vec{\psi} \cdot \hat{n} = 0$። ተከትሎም

$$\iint_{ግድግዳ} \vec{\psi} \cdot \hat{n}\,\mathrm{d}S = 0።$$

ለወለሉ ፣ ለግድግዳው እና ለጣሪያው ለየብቻ የተገበርነውን እንደሚከተለው በመደመር የይዘቱን የገጽ አልዶት እናገኛለን።

$$\oiint_{\substack{S\,=\,ግድግዳ\,+\\ወለል\,+\,ጣሪያ}} < 0,0,R > \mathrm{d}S = \iint_{ወለል} + \iint_{ግድግዳ} + \iint_{ጣሪያ}$$

$$= \iint R(x,y,z_2(x,y))\mathrm{d}x\mathrm{d}y$$

$$- \iint R(x,y,z_2(x,y))\mathrm{d}x\mathrm{d}y$$

ለቀላል ዐምድ ይዘት የጋውስን የብትነት አዋጅ ትከከለኛነት እነሆ አረጋገጥን። ውስብስብ ይዘቶችንም ወደ ቀላል ዐምድ ይዘት መከፋፈል እንችላለን። ስለዚህ ለቀላል ዐምድ ይዘት ያረጋገጥነው ለፈቀድነው ውስብስብ ይዘት ይሠራል ማለት ነው። በተጨማሪም በዚህ ማረጋገጫ የተጠቀምነውን ቀስቶ መስክ እንደሚከተለው ማጠቃለል እንችላለን።

$$\vec{\psi} =< P,Q,R >=< P,0,0 > +< 0,Q,0 > +< 0,0,R >$$

ጥዩቅ መሆኑ እነሆ ተረጋገጠ።

የስቶክስ አዋጅ

<u>ቃል አዋዲ ዘስቶክስ:</u> C ዞርገጠም ክርብ ቢሆን S የትኛውም በክርቡ የተከለለ ገጽ ቢሆን ፤ ቀስቶ ሥፍር $\vec{\psi} = <P, Q, R>$ በ D ውስጥ በሁሉም ሥፍራ እውን የሆነና ልውጠት ሊተገበርበት የሚቻል ቢሆን ፤ የስቶክስ አዋጅ የሚነግረን የሚከተለውን ዝምድና ነው።

$$\oint_C \vec{\psi} \cdot \mathrm{d}\vec{r} = \iint (\nabla \times \vec{\psi}) \cdot \hat{n}\mathrm{d}S$$

ማስታወሻ: የስቶክስ አዋጅ እውን የሚሆነው በዞሮ ገጠም ፍኖት ነው። በዴል ከዋኙና በቀስቶ መስኩ መካከል ያለው መስቀለኛ ብዜት ጡዘት (curl) ነው። ጡዘት የአንድን ቀስቶ መስክ ሹረት ፤ አጠንጣኝነት ይገልጻል (ይለካል)። እንደሚከተለው ይገኛል።

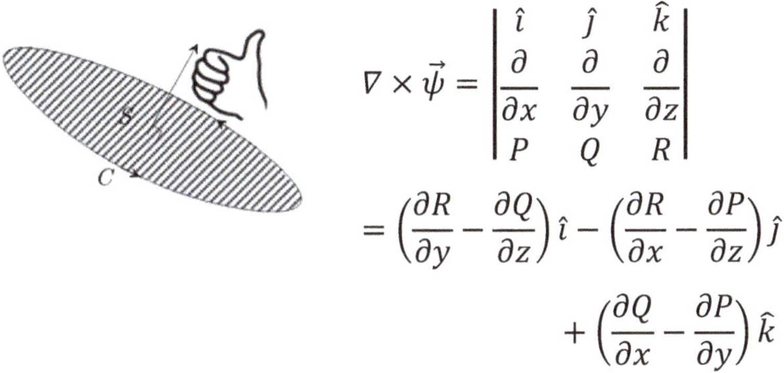

$$\nabla \times \vec{\psi} = \begin{vmatrix} \hat{i} & \hat{j} & \hat{k} \\ \dfrac{\partial}{\partial x} & \dfrac{\partial}{\partial y} & \dfrac{\partial}{\partial z} \\ P & Q & R \end{vmatrix}$$

$$= \left(\frac{\partial R}{\partial y} - \frac{\partial Q}{\partial z}\right)\hat{i} - \left(\frac{\partial R}{\partial x} - \frac{\partial P}{\partial z}\right)\hat{j}$$

$$+ \left(\frac{\partial Q}{\partial x} - \frac{\partial P}{\partial y}\right)\hat{k}$$

የአቀማመጥ ስምምነት: የክርብ ፍኖት C እና የገጽ S አቀማመጥ ተስማሚ እንዲሆኑ የቀኝ እጅ ስምምነትን እንከተላለን። እንግዲህ በገጹ ላይ የምንወስደው ምስቅ

አሃድ ቀስት በፍኖቱ የዘዌ አቅጣጫ ቀኝ እጃችንን ስንጨብጥ አውራ ጣታችን ወደሚያመለከትበት አቅጣጫ ነው፡፡

አንድን ውስን ጉዳይ እንመልከት፡፡ $\vec{\psi} = <P, Q, 0>$ በ $x - y$ ጠለል ከሰዓት በተቃራኒ የሚከብ በክርብ S የሚከለል ክልል R እንውሰድ፡፡ ስለዚህ

$$\vec{\psi} \cdot d\vec{r} = <P, Q, 0> \cdot < dx, dy, 0> = Pdx + Qdy$$

$$\nabla \times \vec{\psi} = \left(\frac{\partial Q}{\partial x} - \frac{\partial P}{\partial y}\right)\hat{k}$$

ለጠለሉ ምስቅ የሆነ አሃድ ቀስት $\hat{n} = \hat{k}$ በመሆኑ

$$(\nabla \times \vec{\psi}) \cdot \hat{n} = \left(\frac{\partial Q}{\partial x} - \frac{\partial P}{\partial y}\right)\hat{k} \cdot \hat{k}$$

$$= \frac{\partial Q}{\partial x} - \frac{\partial P}{\partial y}$$

ስለዚህ

$$\oint_C Pdx + Qdy = \iint \left(\frac{\partial Q}{\partial x} - \frac{\partial P}{\partial y}\right) dxdy$$

እንደዚሁ ለአውታሬ-፪ ሥርዓት የስቶክስ አዋጅ የግሪንን አዋጅ ይሰጠናል ማለት ነው። የስቶክስ አዋጅ የግሪን አዋጅ መጠቅለያ ነው።

የግሪን አዋጅ ባጠቃላይ ለምን እውን ይሆናል? (MIT, 2007)

፭) C እና S በ$x - y$ ጠለል ሲሆኑ የስቶክስ አዋጅ ከግሪን አዋጅ ጋር አንድ ዐይነት መሆኑን አረጋግጠናል። ቀደም ብለን ደግሞ የግሪንን አዋጅ ጥዮቅነት አረጋግጠናል። (የግሪን አዋጅ) ፣ በ$x - z$ ጠለልም ሆነ በ$y - z$ ጠለል እንደዚሁ ማረጋገጥ እንችላለን።

፮) ጠለሎቹን ማሾር ስለምንችል ፣ ሥፋት ደግሞ በሹረት የማይለዋወጥ በመሆኑ የስቶክስ አዋጅ በሥፍረ-፫ ሥርዓት ባለ የትኛውም ጠለል ውስጥ እውን መሆኑ መደምደም እንችላለን።

፯) የትኛውም ዐይነት ገጽ ቢኖረን ወደ ጥቃቅን ጠለል ተቃርብ ገጾች መከፋፈል እንችላለን። በዞሮ ገጠም ፍኖቱ ውስጥ ያሉትን ክፍለ ገጾች በሚያቅፉት ዐ-ለበት ፍኖቾች ላይ የምናደርገው ድመራ ርስበርሱ የሚጣፉ ይሆናል ፣ ምክንያቱም በአንዱ ዐ-ለበት ላይ ከሰዓት ተቃራኒ አቅጣጫ የምናደርገው አልጹት በድንበር ገጠም የጎረቤት ዐ-ለበቶች በሰዓት አቅጣጫ አልጹት የሚመካከን ይሆናል ፣ በመጨረሻም በዳርቻው (ፍኖት C) ላይ ያለው አልጹት እስኪቀር ድረስ።

የስቶክስ አዋጅ እና ፍኖት ኢጥገኛነት

አስታውስ/ሺ: $\vec{\psi} = \nabla f$ ቀስቶ ተፋሰስ መስክ ቢሆን ማለትም $\nabla \times \vec{\psi} = 0$ ጡዘቱ አልቦ መሆኑን በአውታረ-፪ ሥርዓት ይኸን አሳይተናል። በጠቅላላው በአውታረ-፫ ሥርዓት እንደሚከተለው ማሳየት ይቻላል።

$$\nabla \times (\nabla f) = \begin{vmatrix} \hat{\imath} & \hat{\jmath} & \hat{k} \\ \dfrac{\partial}{\partial x} & \dfrac{\partial}{\partial y} & \dfrac{\partial}{\partial z} \\ \dfrac{\partial f}{\partial x} & \dfrac{\partial f}{\partial y} & \dfrac{\partial f}{\partial z} \end{vmatrix}$$

$$= \left(\frac{\partial^2 f}{\partial y \partial z} - \frac{\partial^2 f}{\partial z \partial y} \right) \hat{\imath}$$
$$- \left(\frac{\partial^2 f}{\partial x \partial z} - \frac{\partial^2 f}{\partial z \partial x} \right) \hat{\jmath}$$
$$+ \left(\frac{\partial^2 f}{\partial x \partial y} - \frac{\partial^2 f}{\partial y \partial x} \right) \hat{k} = 0$$

ጡዘቱ አልቦ የሆነ መስክ ፣ አይሽሬ መስክ ይባላል። ለምሳሌ በስክን መብርሂት (electrostatics) እንደሚሆነው።

አዋጅ: በፍጹም ትይይዝ ክልል (ሽንቁር የሌለው) ውስጥ ያለ አንድ ቀስቶ መስክ $\vec{\psi}$ ጡዘቱ አልቦ $(\nabla \times \vec{\psi} = 0)$ ቢሆን

፩) $\vec{\psi}$ ተፋሰስ መስክ ነው፡፡

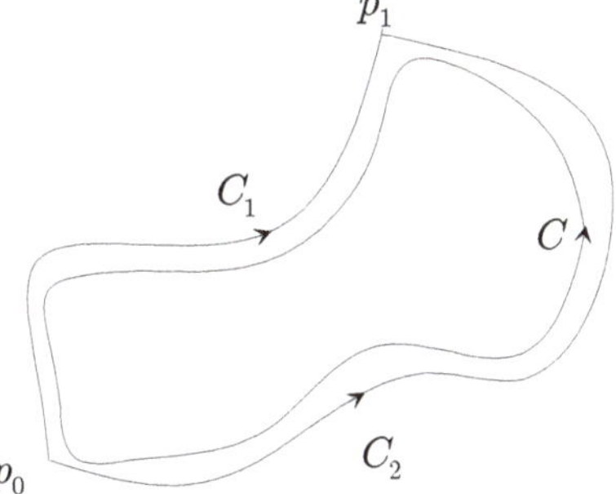

፪) $\int_C \vec{\psi} \cdot \mathrm{d}\vec{r}$ ፍኖት ኢጥገኛ ነው፡፡

፫) $\vec{\psi}$ ዕቅብ መስክ ነው፡፡

ማረጋገጫ (MIT, 2007)

የቀስቶ መስክ $\vec{\psi}$ ጡዘት አልቦ ይሁን፡፡ መነሻና መድረሻቸው p_0 እና p_1 የሆነ ሁለት የተለያዩ ፍኖቶች C_1 እና C_2 ይኑሩን፡፡ በመቀጠል ፍኖት C_1እና ፍኖት C_2ን የሚይዝ ከስዓት በተቃራኒ የሚዞር 0-ለበት Cን እናስብ፡፡ በ0-ለበት C ላይ የምንተገብረው አልጀት ከፍኖቶቹ አልጀት ጋር የሚከተለው ዝምድና አለው፡፡

$$\oint_C \vec{\psi} \cdot \mathrm{d}\vec{r} = \int_{C_1} \vec{\psi} \cdot \mathrm{d}\vec{r} - \int_{C_2} \vec{\psi} \cdot \mathrm{d}\vec{r}$$

C ዞር ገጠም (ዝግ) በመሆኑ እና በተጨማሪም ፍኖቶቹን የያዘው ክልል ፈጹም ትይይዝ በመሆኑ በፍኖቶቹ መካከል ገጽ ክልል ማግኘት ስለምንችል የስቶክስን አዋጅ መጠቀም እንችላለን፡፡ ስለዚህ

$$\oint_C \vec{\psi} \cdot \mathrm{d}\vec{r} = \int_{C_1} \vec{\psi} \cdot \mathrm{d}\vec{r} - \int_{C_2} \vec{\psi} \cdot \mathrm{d}\vec{r}$$

$$\overset{\text{የስቶክስ አዋጅ}}{=} \iint_S (\nabla \times \vec{\psi}) \cdot \hat{n}\mathrm{d}S$$

$$= 0$$

አዋጁ ጥዩቅ መሆኑ እነሆ ተረጋገጠ።

የስቶክስ አዋጅ እና ገጽ ኢጥገኝነት

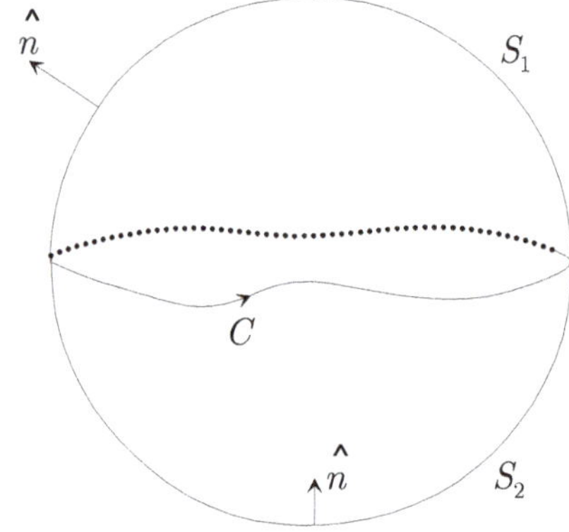

በስቶክስ አዋጅ መሠረት ፈለግ Cን የሚይዝ የፈቀድነውን ገጽ መምረጥ እንችላለን። በቦታ ውስጥ ፈለግ C ይኑረን። የስቶክስን አዋጅ ለመተግበር ለምሳሌ ገጽ S_1ን ወይም ገጽ S_2ን ልንመርጥ እንችላለን። ለላይኛው ገጽ S_1 የምንወስደው የገጹ አሃድ ቀስት $\hat{n}$ ከገጹ ወደ ውጭ ሲያመለክት ፤ ለታችኛው ገጽ የምንወስደው ደግሞ ወደ ውስጥ

ያመለክታል (ይህ ስምምነት ነው።) የስቶክስ አዋጅ የሚለን የሚከተለው ጥዩቅ መሆኑን ነው (MIT, 2007)።

$$\oint_C \vec{\psi} \cdot \mathrm{d}\vec{r} = \iint_{S_1} (\nabla \times \vec{\psi}) \cdot \hat{n}\mathrm{d}S$$

$$= \iint_{S_2} (\nabla \times \vec{\psi}) \cdot \hat{n}\mathrm{d}S$$

ለምን? እስኪ የS_1ን እና የS_2ን የጉርፈት አልጾት እናወዳድር።

$$\iint_{S_1} (\nabla \times \vec{\psi}) \cdot \hat{n}\mathrm{d}S - \iint_{S_2} (\nabla \times \vec{\psi}) \cdot \hat{n}\mathrm{d}S$$

$$= \iint_{S=S_1-S_2} (\nabla \times \vec{\psi})$$

$$\cdot \hat{n}\mathrm{d}S$$

ልብ ብለን የተመለከትን እንደሆነ $S = S_1 - S_2$ ዝግ ገጽ ሲሆን ፣ ለገጹ ምስቅ የሆነው አሃድ ቀስት በገጹ የትኛውም ቦታ ላይ ወደ ውጭ የሚያመለክት ነው። የምናወራው ስለ ዝግ ገጽ አልጾት ነው ማለት ነው። በመሆኑም የጋውስን የብትነት አዋጅ በመጠቀም እንደሚከተለው በገጹ በተያዘው ይዘት V ላይ ወደ ይዘት አልጾት እንቀይረዋለን።

$$\oiint_S (\nabla \times \vec{\psi}) \cdot \hat{n}\mathrm{d}S \stackrel{Gau.div.trm}{=} \iiint_D \nabla$$

$$\cdot (\nabla \times \vec{\psi})\mathrm{d}V$$

ነገር ግን $\vec{\psi} =< P, Q, R >$

$$\nabla \cdot (\nabla \times \vec{\psi}) =< \frac{\partial}{\partial x}, \frac{\partial}{\partial y}, \frac{\partial}{\partial z} >.$$

$$< \frac{\partial R}{\partial y} - \frac{\partial Q}{\partial z}, \frac{\partial P}{\partial z}$$

$$- \frac{\partial R}{\partial x}, \frac{\partial Q}{\partial x} - \frac{\partial P}{\partial y} >$$

$$= \frac{\partial^2 R}{\partial x \partial y} - \frac{\partial^2 Q}{\partial x \partial z} + \frac{\partial^2 P}{\partial y \partial z} - \frac{\partial^2 R}{\partial y \partial x}$$

$$+ \frac{\partial^2 Q}{\partial z \partial x} - \frac{\partial^2 P}{\partial z \partial y} = 0$$

የአንድ ቀስቶ መስክ የጡዘት ብትነት ሁሌም ቢሆን አልቦ ነው። ስለዚህ

$$\iint_{S_1} (\nabla \times \vec{\psi}) \cdot \hat{n} \mathrm{d}S = \iint_{S_2} (\nabla \times \vec{\psi}) \cdot \hat{n} \mathrm{d}S$$

አዋጁ ጥዩቅ መሆኑ እነሆ ተረጋገጠ።

ምዕራፍ ፲፫: የከፍታ ፣ የዝቅታ እና የምጣኔ[54] ሥነ-ስሌት

በዚህ ምዕራፍ ለፊዚካ ፣ እና መሰል የምርምር እና የተግባር ሥራዎች ጠቃሚ የሆነው የምጣኔ ሥነ ስሌት ቀንጨብ አድርገን እንመለከታለን (MIT, 2007; Boyd & Vandenberghe, 2009)።

ባለ አንድ መለውጥ ቅምር

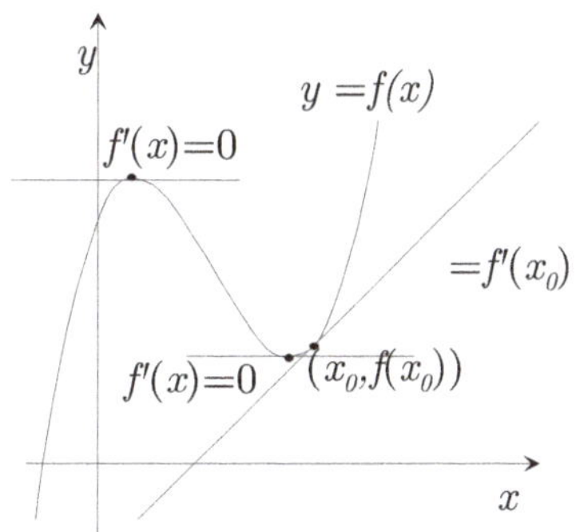

በገሃዱ ዓለም ቅምሮችን ከፍተኛ እና ዝቅተኛ ነጥቦችን ማግኘት ጠቃሚ የሒሳብ ስሌት ነው። የአንድ ቅምር ከፍተኛ እና ዝቅተኛ ነጥቦች የሚያያሙላት አንድ ልዩ ባሕሪ አለ። በከፍታና ዝቅታ ነጥቦች ላይ የምንሰራው ታካሚ መሥመር ወይም ታካሚ ጠለል አግዳሚ ነው። አልቦ ተዳፋት ነው። በቀኝ በኩል የሚታየውን ክርብ ተመልከት/ቺ። በመጀመሪያ የአንድ መለውጥ ቅምር እንበልና $z = f(x)$ እንመልከት። ቀያዊ ከፍተኛ (ኮረብታ) እና ዝቅተኛ (ረባዳ) ነጥቦች (local maxima and mimima) ላይ ፣ በምዕራፍ ፰ እንደ ገለጽነው ፣ የሚከተለው እውን ነው።

$$f'(x) = \frac{df}{dx} = 0$$

---

[54] Optimization

ማለትም ፣ የመጀመሪያ ደረጃ ታይለር ውስጥ ሁለተኛው ዝርዝር አልቦ ነው ማለት ነው። ኮረብታ ይሁን ረባዳ ፣ ከታካኪው መሥመር አግድም መሆን በመነሳት ማወቅ አንችልም።

ለመለየት አንዱ መንገድ ቅምፉን በቅንበር ሥርዓት ላይ በመትለም መመልከት ነው። ሁለተኛው መንገድ የሁለተኛ ልውጠት ማረጋገጫን (second derivative test) መጠቀም ነው። በሁለተኛ ልውጠት ማረጋገጫ ፣ በታይለር ዝርዘራ ውስጥ ሦስተኛው ዝርዝር

$$\frac{1}{2!} f''(x) x^2$$

ደማር ፣ ቀናስ ወይም አልቦ መሆኑን ማረጋገጥ ነው። ምንጊዜም $\frac{1}{2!} x^2 \geq 0$ መሆኑ ግልጽ ነው። ስለዚህ የ$f''(x)$ ን ቀናስነት ወይም ደማርነት ማረጋገጥ ብቻ በቂ ነው። ይኽም ከርቡ ወዴት እንደሚቃጣ ያረጋግጥልናል።

$f''(x) = 0$ ከሆነ ከፍታ ወይም ዝቅታ ነው ማለት አንችልም ፣ አቅጣጫ መቀየሪያ ነጥብ (inflection point) ሊሆን ይችላል።

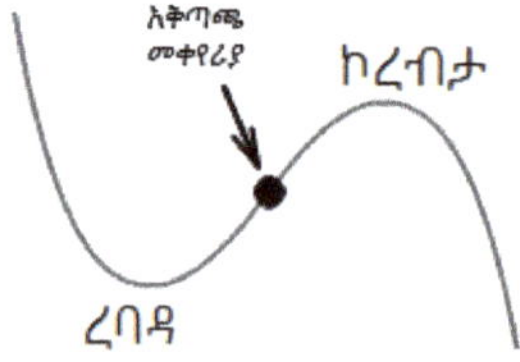

የሁለተኛ ልውጠቱ ውጤት ቀናስ ከሆነ $(f''(x) < 0)$ ነጥቡ ቀያዊ ከፍታ (ኮረብታ) ነው ፣ ደማር ከሆነ ደግሞ $(f''(x) > 0)$ ነጥቡ ቀያዊ ዝቅታ (ረባዳ) ነው። ለምን? በነጥቡ ላይ የመጀመሪያው ልውጠት አልቦ ሲሆን ታካኪው አግዳሚ መሆኑን ያመለክታል (ከፍታ ፣ ዝቅታ ወይም አቅጣጫ

መቀየሪያ) ። ሁለተኛው ልውጠት ቀናስ ከሆነ ፣ ከዚህ ነጥብ ትንሽ ፈቀቅ ስንል ከርቡ ማቆልቆል እንደሚጀምር ይነግረናል ስለዚህ ነጥቡ ቀያዊ ከፍታ (ኮረብታ ፣ local maximum) እንደሆነ ልብ እንላለን። ደግሞ ከሆነ ደግሞ ትንሽ ፈቀቅ ስንል መቃናት እንደሚጀምር ይነግረናል ፣ ስለዚህ ነጥቡ ቀያዊ ዝቅታ (ረባዳ local minimum) መሆኑን እንረዳለን። አልቦ ከሆነ ግን መወሰን አንችልም ፣ ምናልባት ሦስተኛው ልውጠት በመቀጠል ማስረገጥ እንችል ይሆናል።

ነገር ግን ሦስተኛው ልውጠት ($f'''(x_0)$) የx^3 መመደቢያ ዕሴት በመሆኑ ፣ የxን ደማር ወይም ቀናስ መሆን መርሳት የለብንም። እንደዚሁ የሚቀጥሉትን ከፍተኛ ደረጃ ልውጠቶች መጠቀም እንችላለን።

ሰንጠረዥ: ምሳሌ

$f(x)$	$f'(x)$	$f''(x)$	$x_{f'(x)=0}$	$f(x_{f'(x)=0})$	ዐይነት
$x^2 - 1$	$2x$	2	0	-1	ረባዳ
$-x^2 - 2x + 1$	$-2x - 2$	-2	-1	2	ኮረብታ
x^3	$3x^2$	$6x$	0	0	አቅጣጫ መቀየሪያ

የአንድን ቅምር ቀያዊ ከፍታና ቀያዊ ዝቅታ ካገኘን በኋላ ፣ የቅምሩን የከፍታ ወሰን (global maximum) እና የዝቅታ ወሰን (global minimum) ልንፈልግ እንችላለን። ለዚህ ተግባር ከቀያዊ ዝቅታና ከቀያዊ ከፍታ በተጨማሪ የቅምሩን ዳርቻዎችና የትየለሸዎች መመርመር ያስፈልገናል። ለምሳሌ

$f(x) = x^2 - 1 \leq 10$ የሚል ቅምር ብንወስድ ፣ ወሰነ ከፍታው በዳርቻው የሚወሰን ሲሆን $f(x) = 10$ ነው። ወሰነ ዝቅታው ደግሞ ቀድሞን የመጀመሪያውን ልውጠት አልቦ በማድረግ ያገኘነው $f(x) = -1$ ነው። $f(x) = x^2 - 1$ የተመለከትን እንደሆነ ወሰነ ከፍታው የትየለሽ (∞) ነው። ወሰነ ዝቅታው ደግሞ ቀድሞ ያገኘነው $f(x) = -1$ ነው።

ባለ ፪+ መለውጥ ቅምC

ለባለ አንድ መለውጥ ቅምር የተመለከትነው የከፍታና ዝቅታ ነጥቦችን የማግኘት ሂደትን ለፈቀድነው ባለብዙ መለውጥ ቅምር ልናሳድገው እንችላለን። ሃሳቡ ያው ነው። በመቀጠል ባለ ሁለት መለውጥ ቅምC እንመለከታለን። $z = f(x, y)$ ባለ ሁለት መለውጥ ቅምC ይሁን። የቅምሩ ቀያዊ ከፍታና ዝቅታ ላይ የሚከተሉት እኩልዮሽች አብረው ይሟላሉ።

$$f_x = \frac{\partial f}{\partial x} = 0 \text{ እና } f_y = \frac{\partial f}{\partial y} = 0$$

ቀድሞን እንደተመለከትነው አንድን ገጽ አንድ ቦታ ላይ የሚነካ ታከኪ ወለል በ

$$z = z_0 + f_x(x - x_0) + f_y(y - y_0)$$

እንደሚገለጽ ዐይተናል። f_x እና f_y ሁለቱም ባንድ ላይ አልቦ ሆኑ ማለት ታከኪ ጠለሉ አግዳሚ ነው ማለት ነው። ይህ እውን የሚሆነው ደግሞ ታከኪው የነካው የቅምሩ

ነጥብ ከፍታ ፤ ዝቅታ ወይም ሕንባላዊ[55] ከሆነ ነው። ከነዚህ ውስጥ የትኛው እንደሆነ ለመለየት ፤ አንድም ምስሉን በመትለም ማወቅ ይቻላል አለበለዚያ ፤ ቀድመን ለባለ አንድ መለውጥ ቅምር እንደተመለከትነው የሁለተኛ ልውጠቱን በመገምገም መረዳት ይቻላል። በታይለር ዝርዘራ እንደተመለከትነው ለባለ ሁለት መለውጥ ቅምር ሁለተኛ ልውጠትን የያዘ አባላት ድምር የሚከተለው ነው።

$$\frac{1}{2!}f_{xx}(x_0, y_0) \cdot (x - x_0)^2 + f_{xy}(x_0, y_0)$$
$$\cdot (x - x_0)(y - y_0)$$
$$+ \frac{1}{2!}f_{yy}(x_0, y_0) \cdot (y - y_0)^2$$

የዚህ ድምር ውጤት ቀናስ ከሆነ ፤ ሁለተኛ ደረጃ ልውጠቱ ቅምሩን እንዲያሽቆለቁል ስለሚያደርገው ፤ የነጥቡ የቅርብ ገራ-ነጥቦች ከነጥቡ ዝቅ ያሉ ይሆናል ፤ ስለዚህ ነጥቡ ቀያዊ ከፍታ (ኮረብታ) ነው። ውጤቱ ደማር ከሆነ ደግሞ ሁለተኛ ደረጃ ልውጠቱ እንዲያሻቅብ ስለሚያደርገው የነጥቡ ገራ-ነጥቦች ከነጥቡ ከፍ ያሉ ይሆናል ፤ በመሆኑም ነጥቡ ቀያዊ ዝቅታ (ረባዳ) ነው። የድምሩ ውጤት አልቦ ከሆነ ግን መወሰን አንችልም። ሕንባላዊ[56] ነጥብ ነው። (በርግጥ ሦስተኛ ልውጠት የያዙ የታይለር ዝርዘሮችን በመደመር ተጨማሪ ግምገማ ማድረግ እንችላለን ፤ ነገር ግን ሥራችን እየተወሳሰብ ይመጣል ፤ አብዛኛውን ጊዜ ከሁለተኛ

____

[55] saddle
[56] ከነጥቡ በግራ እና በቀኝ ያሉት የከርቡ ከፍሎች አንደኛው ወደታች ሌላኛው ወደ ላይ ይታጠፋሉ። ነጥቡ ያለው መታጠፊያው ላይ ነው።

ልውጠት ግምገማ ያለፈ አንተገብርም፡፡) ከላይ ያስቀመጥነው ድምር ደማር ወይም ቀናስ መሆኑን ለማረጋገጥ የሚከተለውን መወስን (determinant) ማስላት በቂ ነው፡፡

$$\begin{vmatrix} f_{xx} & f_{xy} \\ f_{yx} & f_{yy} \end{vmatrix} = \frac{1}{4} f_{xx} f_{yy} - f_{xy}^2 \quad \begin{cases} < & \text{ኮረብታ} \\ = & \text{ሕንባላዊ} \\ > & \text{ረባዳ} \end{cases}$$

ከዚህ አካሄድ እንደምንረዳው ባለ ሦስት መለውጥ ቅምር ያሰብን እንደሆነ የ $\underline{2}$ በ $\underline{2}$ ዐሪክ መወስን በመፈለግ ግምገማችንን ማድረግ እንደምንችል ነው፡፡

የቅርበት-ካሬ ግምት ዘዴ

እንበልና ጥንቅሮች (data-የመረጃ ስብስብ) (x_1, y_1) ፤ (x_2, y_2) ፤ (x_3, y_3) ፤ … ፤ (x_n, y_n) ይኑሩን፡፡ ፍላጎታችን ለነዚህ ጥንቅሮች ምርጥ ግምት የሆነውን ቀጥታ መሥመር $y = ax + b$ ለመወሰን ነው፡፡ ጥያቄው ምርጥ የሆኑትን a እና b ለመፈለግ ነው፡፡ ይህን ለማግደረግ ብዙ መንገዶች አሉ፡፡ ከነዚህ አንደኛው እዚህ ማሳየት የፈለግነው የቅርበት-ካሬ ዘዴ ነው፡፡ ይህ ዘዴ የሚተገበረው በቀጥታ መሥመሩና በእያንዳንዱ የጥንቅር ነጥብ[57] መካከል ያለውን የርቀት ካሬ አስልተን እና የሁሉንም ደምረን ፤ ድምሩን ዝቅተኛ የሚያደርጉትን a እና b በመፈለግ ነው፡፡ ስለዚህ ቅርበት-ካሬ ስንል አሁን እየተከተልነው ባለው መንገድ

የእያንዳንዱን የጥንቅር ነጥብ y_i ከ$y = ax_i + b$ ያለውን የርቀት ልዩነት ካሬ ጠቅላላ ድምር ዝቅተኛ የሚያደርገውን ማለታችን ነው፡፡

$$\text{አሳንስ } D = \sum_{i=1}^{n} (y_i - (ax_i + b))^2$$

ፍላጎት:

$$\frac{\partial D}{\partial a} = \sum_{i=1}^{n} 2(y_i - ax_i - b)(-x_i) = 0$$

$$\frac{\partial D}{\partial b} = \sum_{i=1}^{n} 2(y_i - ax_i - b)(-1) = 0$$

በማቀናበርም የሚከተሉትን የአብሮሽ እኩልዮሾች[58] እናገኛለን፡፡

$$a \sum_{i=1}^{n} x_i^2 + b \sum_{i=1}^{n} x_i = \sum_{i=1}^{n} x_i y_i$$

$$a \sum_{i=1}^{n} x_i + nb = \sum_{i=1}^{n} y_i$$

በማቀናበር በማድረግ a እና b ን እንደሚከተለው እናገኛለን፡፡

---

[58] Simultaneous equations

$$a = \frac{\sum_{i=1}^{n} y_i \sum_{i=1}^{n} x_i - n \sum_{i=1}^{n} x_i y_i}{\sum_{i=1}^{n} x_i \sum_{i=1}^{n} x_i - n \sum_{i=1}^{n} x_i^2}$$

$$b = \frac{\sum_{i=1}^{n} x_i \sum_{i=1}^{n} x_i y_i - \sum_{i=1}^{n} y_i \sum_{i=1}^{n} x_i^2}{\sum_{i=1}^{n} x_i \sum_{i=1}^{n} x_i - n \sum_{i=1}^{n} x_i^2}$$

አሁን ያገኘነውን ውጤት ለቀጥታ ተቃረብ መሥምር ቅመራ ብቻ ሳይሆን ለኤክስፖነንታዊ ተቃረብ መሥምር ቅመራ $y = ce^{ax}$ ልንጠቀመው እንችላለን። ምክንያቱም ኤክስፖነንታዊ ቅምር እንደሚከተለው ተፈጥሮዋዊ ሎጋሪዝም በመጠቀም በሎጋሪዝማዊ የቅንበር ሥርዓት ቀጥታ መሥምር $\ln y = \ln c + ax$ ይሆናል።

የካዕባዊ ከርብ (quadratic curve) የቅርበት-ካሬ ግምት ለመፈለግ የሚከተለውን ቅምር ማሳነስ ነው።

$$D = \left(\sum_{i=1}^{n} (y_i - ax_i^2 - bx_i - c)^2 \right.$$

ፍላጎት:

$$\frac{\partial D}{\partial a} = \sum_{i=1}^{n} 2(y_i - ax_i^2 - bx_i - c)\,(-x_i^2)$$
$$= 0$$

$$\frac{\partial D}{\partial b} = \sum_{i=1}^{n} 2(y_i - ax_i^2 - bx_i - c)\,(-x_i)$$
$$= 0$$

$$\frac{\partial D}{\partial c} = \sum_{i=1}^{n} 2(y_i - ax_i^2 - bx_i - c)(-1)$$

$$= 0$$

በዚሁ አካኄድ ለፈቀድነው ያህል ምርጥ ቀራቢ ፖሊኖማዊ ከርብ (best fit curve) ማግኘት እንችላለን። በርግጥ የፖሊኖማዊው መዓርግ እየጨመረ ሲመጣ መፍትሔውን ማግኘት ረኸም ስሌትን የሚጠይቅ ይሆናል ፤ ግን መተግበር የሚቻል ነው።

ባለገደብ የከፍታ-ዘቅታ-ምጣኔ ስሌት በላግራንዥ ዘዴ

በዚህ ንዑስ ርዕስ መመልከት የፈለግነው የባለብዙ መለውጥ ቅምርን ከፍታና ዝቅታ ለመፈለግ ሲሆን ፤ ቀድመን ከዳሰስነው የከፍታ እና የዝቅታ ፍለጋ ስሌት የሚለየው አሁን ገደብ የምናስቀምጥ መሆኑ ነው ስለዚህም ግዱብ ከፍታ እና ዝቅታን የመፈለግ ስሌት (constrained max/min) እንለዋለን። የቀደመው ነጻ ከፍታ ወይም ዝቅታን የመፈለግ ስሌት (unconstrained max/min) እንለዋለን።

ልንተገብር የምንሻው እንበልና የቅምር $f(x, y, z)$ን ከፍታ
ወይም ዝቅታ
ቢሆን ፤ እና ሙሉ
ለሙሉ ነጻ
ባይሆኑና ውኃልክ
ክርብ

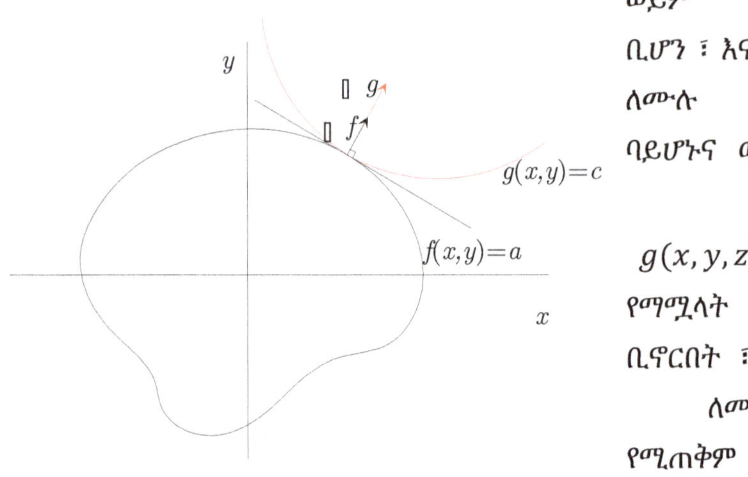

$g(x, y, z) = c$
የማማሟላት ግዴታ
ቢኖርበት ፤ ይህን
ለመተግበር
የሚጠቅም ዘዴ

የላግራንኝ ዘዴ ነው። ዘዴው እንደሚከተለው ነው።

በከፍታ ወይም በዝቅታው ላይ ውኃልክ ገጹ እና ቅምሩ
ርስበርሳቸው ታካኪ ናቸው። ስለዚህ ∇f እና ∇g ትይዩ
ናቸው (MIT, 2007)። በመሆኑም ለአንድ ያዊት λ

$$\nabla f = \lambda \nabla g$$

መሆኑ እውን ነው። በዚህ ዝምድና λ (የግሪክ ፊደል ላምዳ)
ያዊት ሲሆን የላግራንኝ አባዢ ይባላል። የዚህ እኩልዮሽ
መፍትሄ ተጨማሪውን ገደብ የሚያሟላ ከፍታ ወይም
ዝቅታ ለማግኘት ይጠቅማል። ተግባሩ እንደሚከተለው
ሊገለጽ ይችላል።

ለውኃልክ ገጽ (ውኃልክ ክርብ) $g(x, y, z) = c$ ተገኝr
የሆነን ቅምር $f(x, y, z)$ ዝቅ / ከፍ አድርግ።

ወይም ባጭሩ

ከፍ/ዝቅ: $f(x, y, z)$

ገደብ: $g(x, y, z) = c$

ምሳሌ:

ከፍ/ዝቅ: $f(x, y, z) = x^2 + y^2$

ገደብ: $g(x, y) = xy = 9$

መፍትሄ

የf እና የg ን ከፊል ልውጠቶች አስላ/ይ።

$f_x = 2x$ ፣ $f_y = 2y$ ፣ $g_x = y$ ፣ $g_y = x$

የላግራኝን የልውጠት ዝምድና ተጠቀም/ሚ

$f_x = \lambda g_x \Rightarrow 2x = \lambda y$ ፣ $f_y = \lambda g_y \Rightarrow 2y = \lambda x$

ሁለቱን በማጠናቀር የሚከተለውን ወጥ ስምር እኩልዮሾች ሥርዓት እናገኛለን።

$$\begin{bmatrix} 2 & -\lambda \\ \lambda & -2 \end{bmatrix} \begin{bmatrix} x \\ y \end{bmatrix} = 0$$

የላግራንዡን አብዡ λ አግኝ/ኚ።

መፍትሄውን ለማግኘት የመመደቢያ እሴቶቹን ዐሪከ መወሰን አልቦ እንዲሆን እናደርጋለን ፣ ማለትም

$$-4 + \lambda^2 = 0 \Rightarrow \lambda = \pm 2$$

በመተካት መፍትሄዎችን አግኝ/ኚ

$\lambda = 2$ ሲሆን

- $x = y$ ስለዚህ $xy = x^2 = 9 \Rightarrow x = \pm 3$
- $(x, y) = (3,3)$ ወይም $(x, y) = (-3, -3)$

$\lambda = -2$ ሲሆን

- $x = -y$ ስለዚህ $xy = -x^2 = 9 \Rightarrow x = \pm i3$
- $(x, y) = (i3, -i3)$ ወይም $(x, y) = (-i3, i3)$ (ድርብ)

ዋቢ መጻሕፍት እና ጋዜጦች

Abramowitz, M., & Stegun, I. A. (1970). *Handbook of Mathematical Functions with Formulas, Graphs, and Mathematical Tables.* New York: Dover Publications.

Bisom, T. (2021). The Works of Omar Khayyam in the History in the History of Mathematics. *The Mathematics Enthusiast,* 290-305.

Boyd, S., & Vandenberghe, L. (2009). *Convex Optimization.* United Kingdom: Cambridge University Press.

Cain, G., & Herod, J. (2000). *Multivariable Calculus.* Hentet fra https://cain.math.gatech.edu/notes/calculus.html

Cardno, G. (1968). *Ars Magna or the rules of Algebra Translated and edited by Witmer, T.R.* New York.

Cooke, R. (2005). Niels Henrik Abel on the irresolvebility of the quintic equation 1826. I I. Grattan-Guinness, R. Cooke, & N. Guicciardini, *Land mark writtings in Western Mathematics 1640-1940* (ss. 391-402).

Coolidge, J. L. (1949). The Story of the Binomial Theorem. *The American Mathematical Monthly, 56*(3), 147-157.

Katz, V. (2005). The history of Stoke's theorem. *Mathematics magazine,* 146-156.

Marsden, J. E., & Tromba, A. J. (2003). The Integral Theorems of Vector Analysis. I *Vector Calculus (Fifth ed.* (ss. 518–608). New York.

MIT. (2007). MIT 18.02 Multivariable Calculus, Fall 2007.

Molenkamp, F. (2007). *Continuum mechanics.* Delft: Delft University of Technology.

Nielsen, F. (2010). Legendre transformation and information geometry. *Ecole Polytechnique.*

Rosen, F. (1831). *The Algebra of Muhammed Ben Musa.* London.

ሐውኪንግ, ስ. (2005). *God created the integers.* London: Penguin Group.

ሄዝ, ቶ. ሊ. (1896). *Apollonius of Perga Treatise on conicsections edited in modern notation with introduction including aessay on the earlier history of the subject.* Cambridge: University press.

ኒውተን, ይ. (፲፮፻፹፯). *Philosophiæ naturalis principia mathematica.*

አንተነህ ብሩ, ፀ. (2024a). *ሥነቁጥር ወ ሥነሥፍራ ዘዮክሊዶ:*

ኪዳነወልድ ክፍሌ. (u.d.). *መጽሐፈ ስዋስው ወግስ ፣ ወመዝገብ ቃላት ሐዲስ.* አዲስ አበባ.

ዮክሊዶ (325-265 ቅልክ). (2005). Elements. I ስ. ሐውኪንግ, *God created the integers* (ss. 1-117). London: Pinguin group.

የጸሐፊው መልዕክት

ውድ አንባቢ ፤ እነሆ በዚች አጭር መጽሐፍ ሥነ-ቅምርን እና ተያያዥ ሒሳባዊ ትንተናዎችን (ሥነ ልውጠት ፤ ሥነ አልዶትን) ዐሪካት እና መወስቆችን ዐይተናል፡፡ በማስከተልም የቀስቶ መስኮችን ሥነ ስሌት ፤ የከፍታ ፤ ዝቅታ እና ምጣኔ ስሌትንም ባጭሩ ባጭሩ ዳስሠናል፡፡ የመጽሐፉ ዐላማ በዋነኝት የሒሳብ ተግባራትን የሚገልጡ ቃላትን ማቅረብ ነው፡፡ ይዘቱ በሰፈው መዳሰሥን በዘርፉ ለሰለጠኑ ኢትዮጵያውያን/ት አደራ እያልኩ የሚከተለውን መልዕክት ለማስተላለፍ እወዳለሁ፡፡

- <u>ለታዳጊዎች</u>፡፡ ሒሳብ ልምምድ ይፈልጋል፡፡ በተቻላችሁ መጠን ከራሳችሁ ጋር እስከሚዋሐድ ድረስ ተለማመዱ፡፡ ዘመናችን የመረጃ ዘመን ነው፡፡ ብዙ መጻሕፍት በድረገጽ ይገኛሉ፡፡ ራሳችሁ መርምሩ፡፡ መርምራች ሁ ስትረዱት በአፍ መፍቻ ቋንቋችሁ ለመተርጎም ሞክሩ፡፡ በዚች መጽሐፍ የምታገኙቸው ቃላት እንደመነሻ ይረዷችኋል፡፡

- <u>ለቋንቋ ምሁራን</u>፡፡ በዚች መጽሐፍ ውስጥ የተካተቱት ቃላት ብዙ ታስቦባቸው ፤ ይዘታቸው ለተደራሲው ዐይን ነሊና ክሱት እንዲሆን ታስበው የተመረጡ ናቸው፡፡ በጊዜ መጣበብ ምክንያት የቃላት መፍቻ አላዘጋጀሁም፡፡ ይኸን ለማዘጋጀት ፍላጎቱ እና ጊዜው ቢኖራችሁ አብሬያችሁ ለመሥራት ሙሉ ፈቃደኛ ነኝ፡፡

ለሒሳብ አስተማሪዎች እና ምሁራን፡፡ ይች መጽሐፍ በፊታችሁ ከተንጣለለው የሒሳብ ዕውቀት እጅግ ትንሹን የያዘች ናት፡፡ እኔ ሙሉ ጊዜየን በዚህ ሥራ ላይ ለማሳለፍ የሥራ ሁኔታየ ምቹ ስላልሆነ እናንተ አብዛታችሁ እንድትሠሩበት አደራ እላለሁ፡፡ የምታስተምሯቸውን ተማሪዎች ስለ ይዘቱ በአማርኛ ቋንቋ ብትገልጹላቸው ለመገንዘብ ይቀላቸዋል፡፡

- <u>የትምሕርት ይዘት ቀረጻን የምታከናውኑ ባለሞያዎች፡፡</u> የተለያዩ የትምሕርት ዘርፎችን በተለይም በዝቅተኛ የትምሕርት ደረጃዎች በሀገራችን ቋንቋዎች ለመስጠት የታሰበ መልካም ሐሳብ አለ፡፡ ነገር ግን የማስተማሪያ መጻሕፍት ሲዘጋጁ በእኔ ግምት በውል ስለማይታሰብባቸው የሚመረጡት ቃላት በተማረው ሐሳብ ውስጥ ፍሬ ያለው ነገር አይዙም፡፡ ከማስተማሪያ መጻሕፍት ዝግጅት አስቀድሞ በተለያዩ ዘርፎች ያሉ ምሁራን በየዘርፋቸው ያለን ዕውቀት በአማርኛ እንዲተረጉሙ መወጠር እና ከነዚያ ውስጥ ምቹ የሆኑ ቃላትን በመምረጥ ለማስተማሪያ መጻሕፍት እና ለቃላት መፍቻ መጻሕፍት ዝግጅት እንዲውሉ ማድረግ ይቻላል፡፡

- <u>ለሀገራችን ምሁራን፡፡</u> በዘመናዊ እስከ ሦስተኛ መዓርግ የደረሳችሁ ፤ የመመረቂያ ጽሑፎችን ፤ የምርምር ሥራዎችን ያሳተማችሁ ብዙ አላችሁ፡፡ ከሥራዎቻችሁ የተወሰኑትን እየመረጣችሁ ወደ አማርኛ ቋንቋ ብትተረጉሟቸው ለሀገራችን የትምሕርትና የሥነዘዴ እድገት አስተዋጽኦ ታዳርጋላችሁ፡፡

- <u>ሳይንሳዊ ዕውቀትን ለምትተረጉሙ ጸሐፍት</u>፦ በራሳችሁ ተነሳሽነት ይኸን ሥራ የምትሠሩ ጸሐፍት ልትመሰገኑ ይገባል፡፡ አንዲት ነገርን ማለት ግን እፈልጋለሁ ፤ የምትጽፉትን ከሥረመሰረቱ መርምሩ፡፡ ቢቻላችሁ ከትርጉም ትርጉም ሳይሆን የዕውቀቱን አመንጭዎች ሥራ መርምሩ፡፡ የአንስታይንን ከአንስታይን ፤ የኒውተንን ከኒውተን፡፡ ጽሑፋችሁ አጋኖ ባይበዛው ይመረጣል፡፡ በውል ያልመረመራችሁትን በይሆናል ፤ ወይም ተጽፎ ስላገኛችሁት ብቻ ለተደራሲያቾችሁ አታቅርቡ፡፡

- <u>ለቤተክርስቲያን ሊቃውንት</u>፡፡ የሀገራችን ትምሕርት ለዘመናት የቆየው ቀደምት አባቶቻችን ባቆሙት የቤተክርስቲያን ትምሕርት ነው፡፡ በቋንቋ ፤ በዜማ እና በሃይኖታዊ ትምሕርቱ ላይ የሒሳብ ፤ የቅመማ ፤ የሕክምና ፤ የሥነፈለክ ፤ የታሪክ ፤ የፍልስፍና እና የሥነሕንጻ ወንበሮች ተጨምረው (ካሉም ተጠናክረው) ቢቀጥል ፤ ከአስኳላ ትምሕርት በእጅጉ በበለጠ ለሀገራችን ችግሮች መፍትሄዎች ያስገኛል የሚል እምነት አለኝ፡፡